国家级一流本科专业建设点系列教材

高等学校泰语专业系列教材

THAI

วัฒนธรรมไทย

泰国文化

主编 杨丽洲

重庆大学出版社

内容简介

本教材是泰语专业学生的文化素养核心课程的配套教材。全书共16个单元，单元主题包括文化简论，泰国历史概况、社会文化变迁、语言及文字、信仰、习俗，泰国人姓名及特点，泰国文学、建筑艺术、造型艺术、绘画艺术、音乐、表演、影视、饮食文化等。每个单元由6大板块组成，包括学习目标、主课文、重点词汇、课后练习、拓展阅读和相关知识。本教材以文化为视角，客观反映了泰国文化的方方面面，帮助学生深入了解泰国的历史、传统和现代文化，增加学生对泰国文化的认知和理解，提升学生的跨文化交际能力。

图书在版编目（CIP）数据

泰国文化 / 杨丽洲主编. -- 重庆：重庆大学出版社，2025.2. -- (高等学校泰语专业系列教材).
ISBN 978-7-5689-5080-0

Ⅰ . H412

中国国家版本馆CIP数据核字第20253KJ900号

泰国文化

主 编 杨丽洲

责任编辑：杨 琪　　版式设计：杨 琪
责任校对：刘志刚　　责任印制：赵 晟

*

重庆大学出版社出版发行
出版人：陈晓阳
社址：重庆市沙坪坝区大学城西路 21 号
邮编：401331
电话：（023）88617190　88617185（中小学）
传真：（023）88617186　88617166
网址：http://www.cqup.com.cn
邮箱：fxk@cqup.com.cn（营销中心）
全国新华书店经销
重庆长虹印务有限公司印刷

*

开本：787mm×1092mm　1/16　印张：9　字数：198 千
2025 年 2 月第 1 版　2025 年 2 月第 1 次印刷
ISBN 978-7-5689-5080-0　定价：32.00 元

前　言

在"一带一路"倡议稳步推进的时代浪潮下，我国与泰国在政治、经济、文化等多领域的合作不断深化，培养既精通泰语语言，又熟悉泰国文化的专业人才成为当务之急。泰国文化课程作为泰语专业教学体系中的关键组成部分，对学生综合素养的提升起着不可或缺的作用。为了满足泰语专业教学的新时代新要求与学生学习的需要，编者打造了这本更具针对性与实用性的泰国文化课程配套教材。

本教材内容丰富全面，共设置16个单元，内容涵盖泰国文化的各个层面。本教材从文化简论开篇，引导学生构建对泰国文化的初步认知框架，到泰国历史概况追溯文化根源，再到社会文化变迁展现其动态发展历程。语言及文字单元帮助学生理解泰国语言文字背后的文化内涵，宗教信仰单元揭示泰国文化的精神内核，习俗单元呈现泰国人日常生活中的文化特色，泰国人姓名及特点单元让学生深入了解泰国人民，泰国文学、建筑艺术、造型艺术、绘画艺术、音乐、表演、影视等单元全方位展示泰国文化在艺术创作方面的卓越成就，饮食文化单元则从独特的味觉视角丰富学生对泰国文化的感知，使学生能够全面、系统地认识和了解泰国文化。

本教材结构清晰，每个单元由学习目标、课文、课文生词、课后练习、补充知识和相关知识六大板块有机组成。其中，课文作为课堂教学的核心素材，承载着知识传授的主要任务；补充知识和相关知识则为学生提供了广阔的拓展学习空间，助力学生深入探索泰国文化。编者秉持以学生为中心的理念，精心构思每一个环节。首先，每课的学习目标明确告知学生每一课学习的重点内容以及需要达到的能力要求，帮助学生有的放矢地开展学习。其次，在课文、课文生词和课后练习之后，设置了补充知识板块。该板块内容紧密围绕课文，是对课文内容的深度丰富与合理延伸，为学有余力或渴望深入探究的学生提供了拓展学习的优质资源。最后，每一课都设有相关知识板块，该板块以中文呈现，内容紧扣课文主题，从不同角度对课文进行拓展与诠释，有助于学生更好地理解课文内容，更深入地学习泰国文化。希望这本教材能成为泰语专业学生开启泰国文化知识宝库的钥匙，助力他们在专业学习道路上稳步前行。

教材在编写的过程中得到了汕头大学陆生教授的指导及泰国清迈大学 พจีกานต์ หาญแก้ว 老师的帮助，在此表示衷心感谢。

编　者

2025年1月

สารบัญ

บทที่ ๑
ความรู้เกี่ยวกับวัฒนธรรม

จุดประสงค์การเรียนรู้

๑. นักศึกษาสามารถอธิบายความหมายของวัฒนธรรมได้

๒. นักศึกษาสามารถบอกลักษณะของวัฒนธรรมได้

๓. นักศึกษาสามารถอธิบายการแบ่งประเภทของวัฒนธรรมได้

๔. นักศึกษาสามารถอธิบายเนื้อหาของวัฒนธรรมได้

๕. นักศึกษาสามารถอธิบายความสำคัญของวัฒนธรรมได้

๖. นักศึกษาสามารถอธิบายที่มาของวัฒนธรรมได้

ความหมายของวัฒนธรรม

คำว่า วัฒนธรรม เป็นคำสมาสระหว่างภาษาบาลีกับสันสกฤต เพราะคำว่า "วัฒน" มาจากคำ
บาลี ซึ่งหมายถึงความเจริญความงอกงาม ส่วนคำว่า "ธรรม" มาจากภาษาสันสกฤต ดังนั้นหากแปล
ตามรากศัพท์ คำว่า "วัฒนธรรม" หมายถึงสภาพอันเป็นความเจริญงอกงามหรือลักษณะที่แสดง
ความเจริญงอกงาม พจนานุกรมฉบับราชบัณฑิตยสถาน พ.ศ. ๒๕๔๒ ให้ความหมายวัฒนธรรม
ไว้ว่า สิ่งที่ทำให้ความเจริญงอกงามให้แก่หมู่คณะ วิถีชีวิตของหมู่คณะ พระราชบัญญัติวัฒนธรรม
แห่งชาติ พ.ศ. ๒๔๘๕ ยังได้ให้ความหมายของคำว่า "วัฒนธรรม" ไว้ว่า ลักษณะที่เจริญงอกงาม
ความเป็นระเบียบเรียบร้อย ความกลมเกลียวก้าวหน้าแห่งชาติและศีลธรรมอันดีของประชาชน

ลักษณะของวัฒนธรรม

จากความหมายของคำว่า "วัฒนธรรม" ดังที่กล่าวไว้แล้ว ศาสตราจารย์จำนงค์ ทองประเสริฐ

ได้สรุปถึงลักษณะของวัฒนธรรมไว้ ๔ ประการ คือ (๑) แสดงความเจริญงอกงามทั้งทางจิตใจ และวัตถุ (๒) แสดงถึงความเป็นระเบียบเรียบร้อย (๓) แสดงถึงความกลมเกลียวก้าวหน้าของชาติ (๔) แสดงถึงศีลธรรมอันดีของประชาชน ส่วนรองศาสตราจารย์สุพัตรา สุภาพ เห็นว่า วัฒนธรรม เป็นสิ่งที่ได้มาโดยการเรียนรู้ เป็นมรดกทางสังคม เป็นวิถีชีวิตหรือแบบของการดำรงชีวิต และเป็น สิ่งที่ไม่คงที่

ประเภทของวัฒนธรรม

ศาสตราจารย์จำนงค์ ทองประเสริฐมีความเห็นว่า มนุษย์มีองค์ประกอบที่สำคัญอยู่ ๒ อย่าง คือ ร่างกายละจิตใจ ดังนั้นวัฒนธรรมของมนุษย์จึงแบ่งเป็น ๒ ประเภท คือ วัฒนธรรมทางด้านวัตถุ และวัฒนธรรมทางด้านจิตใจ

วัฒนธรรมทางด้านวัตถุเป็นเรื่องที่เกี่ยวกับสุขภาพ เพื่อจะได้มีการกินดีอยู่ดี มีความสะดวก สบายในการครองชีพ การรู้จักปลูกบ้านจัดบ้านให้น่าอยู่ รู้จักแต่งกายให้เหมาะสมกับกาลเทศะ เป็นต้น ส่วนวัฒนธรรมทางด้านจิตใจนั้น หมายถึงสิ่งที่ทำให้ปัญญาและจิตใจมีความเจริญงอกงาม เช่น ศาสนา ศิลปะ ขนบธรรมเนียมประเพณี

วัฒนธรรมนอกจากแบ่งเป็นวัฒนธรรมทางวัตถุ และวัฒนธรรมทางจิตใจดังที่กล่าวมาแล้ว นั้น ยังมีผู้เชี่ยวชาญท่านอื่นได้แบ่งประเภทของวัฒนธรรมแตกต่างกันออกไปโดยอาศัยเกณฑ์ การแบ่งที่ต่างกัน เช่น นิตยา บุญสิงห์ได้แบ่ง วัฒนธรรม เป็น ๕ สาขา คือ (๑) วัฒนธรรมทางภาษา และวรรณคดี (๒) วัฒนธรรมทางวัตถุ (๓) วัฒนธรรมทางจิตใจ (๔) วัฒนธรรมทางจารีต และ (๕) วัฒนธรรมทางสุนทรียะเป็นต้น

เนื้อหาของวัฒนธรรม

ผู้เชี่ยวชาญของไทยมักกล่าวถึงเนื้อหาของวัฒนธรรมไว้ ๔ ประการ คือ วัตถุธรรม คติธรรม เนติธรรม และสหธรรม

๑) วัตถุธรรม คือ วัฒนธรรมทางวัตถุที่เกี่ยวกับเครื่องนุ่งห่ม การกินดีอยู่ดี หรืออาจอธิบายได้ ว่าเป็นเรื่องที่เกี่ยวกับแบบอย่าง วิธีการ และการประดิษฐ์ในเรื่องเกี่ยวกับสิ่งอำนวยความสะดวก ต่าง ๆ เช่น การปลูกบ้าน การปรุงอาหาร การแต่งกาย การสร้างเครื่องมือเครื่องใช้ เป็นต้น

๒) คติธรรม ได้แก่ วัฒนธรรมที่เกี่ยวกับหลักในการดำเนินชีวิต ส่วนใหญ่เป็นเรื่องของจิตใจ และได้มาจากศาสนา เช่น ความขยันหมั่นเพียร ความกตัญญูกตเวที ความสามัคคี ความรับผิดชอบ ความมีระเบียบวินัย ความเสียสละ ความสุภาพอ่อนโยนความซื่อสัตย์สุจริต เป็นต้น

๓) เนติธรรม ได้แก่ วัฒนธรรมทางกฎหมาย รวมทั้งขนบธรรมเนียมประเพณี และระเบียบวินัย ต่าง ๆ ที่สังคมได้กำหนดขึ้น และเป็นที่ยอมรับนับถือว่ามีความสำคัญพอ ๆ กับกฎหมาย เช่น สอน ให้รู้จักสิทธิและหน้าที่ เคารพกฎหมายบ้านเมือง เคารพต่อขนบธรรมเนียมและประเพณีอันดีงาม

๔) สหธรรม คือ วัฒนธรรมทางสังคม วัฒนธรรมที่เกี่ยวกับหลักปฏิบัติต่าง ๆ ในสังคม เช่น มารยาทในการรับประทานอาหาร มารยาทในการต้อนรับแขก มารยาทในการแสดงความเคารพ เป็นต้น

ความสำคัญของวัฒนธรรม

วัฒนธรรมมีความสำคัญต่อความมั่นคงและความคงอยู่ของชาติ   ถ้าวัฒนธรรมของชาติตาย ชาติก็ตาย แต่ถ้าชาติตาย วัฒนธรรมของชาติบางอย่างอาจไม่ตายก็ได้ เช่น ภาษา วรรณคดี เป็นต้น ดังนั้นเราจึงต้องบำรุงส่งเสริมวัฒนธรรม   ขณะเดียวกันเรายังต้องรู้จักปรับปรุงแก้ไขวัฒนธรรม เดิมของชาติให้เหมาะสมกับสมัยและสภาพสังคม   เพื่อให้วัฒนธรรมของชาติคงอยู่และยั่งยืน อย่างที่มีผู้เชี่ยวชาญเปรียบไว้ว่า วัฒนธรรมเปรียบเสมือนน้ำในสระ น้ำในสระที่อยู่นิ่งๆ ไม่มีการ ถ่ายเทแล้ว ในที่สุดก็จะกลายเป็นน้ำเน่า แต่ถ้าหากตักน้ำเก่าทิ้งหมด แล้วเอาน้ำใหม่ใส่เข้าไปแทน ปลาที่อยู่ในสระเมื่อไม่สามารถปรับตัวได้ทัน อาจตายหมดก็ได้ ดังนั้นวัฒนธรรมจึงจำเป็นต้องมีการ เปลี่ยนแปลงแก้ไขปรับปรุงให้ดีขึ้นอยู่ตลอดเวลา

ที่มาของวัฒนธรรมไทย

รองศาสตราจารย์ดนัย ไชยโยธา ได้กล่าวถึงที่มาของวัฒนธรรมไว้ว่า วัฒนธรรมของแต่ละสังคม นั้นมีที่มาจากสิ่งแวดล้อม ค่านิยม และการเผยแพร่ทางวัฒนธรรม สำหรับที่มาของวัฒนธรรมไทย นั้นเกิดจากหลากหลายปัจจัยดังที่จะกล่าวต่อไปนี้

๑) สิ่งแวดล้อมทางภูมิศาสตร์ เนื่องจากประเทศไทยมีลักษณะภูมิศาสตร์เป็นที่ราบลุ่มและอุดม สมบูรณ์ด้วยแม่น้ำลำคลอง   คนไทยได้ใช้น้ำในแม่น้ำลำคลองในการเกษตรกรรมและการอาบกิน

เมื่อถึงเวลาหน้าน้ำ ในคืนเพ็ญเดือน ๑๑ หรือคืนวันเพ็ญเดือน ๑๒ ราวปลายเดือนตุลาคมถึงปลาย
เดือนพฤศจิกายน อันเป็นระยะเวลาที่น้ำไหลหลากจากทางภาคเหนือของประเทศ คนไทยจะจัด
เตรียมกระทงพร้อมด้วยดอกไม้ธูปเทียนแล้วนำไปลอยในแม่น้ำลำคลอง เพื่อเป็นการขอขมาและ
ขอพรจากพระแม่คงคา ที่ได้ให้น้ำกินน้ำใช้ จึงเกิดเป็นประเพณีลอยกระทงขึ้น นอกจากนั้นยังมี
ประเพณีอื่น ๆ อันเกี่ยวข้องกับแม่น้ำลำคลอง เช่น ประเพณีแข่งเรือ เป็นต้น

๒) ระบบเกษตรกรรม สังคมไทยเป็นสังคมเกษตรกรรม เนื่องจากประชากรร้อยละ ๘๐ ประกอบ
อาชีพที่เกี่ยวข้องกับเกษตรกรรม คนไทยส่วนใหญ่มีวิถีชีวิตผูกพันกับระบบเกษตรกรรม ระบบ
เกษตรกรรมนี้เองจึงเป็นที่มาของวัฒนธรรมไทยต่าง ๆ เช่น ประเพณีขอฝน ประเพณีลงแขก เป็นต้น

๓) ค่านิยม คำว่าค่านิยมมีความเกี่ยวพันกับวัฒนธรรมอย่างใกล้ชิดและค่านิยมบางอย่างได้กลาย
มาเป็นแก่นของวัฒนธรรม เช่น ค่านิยมของคนไทยในส่วนที่เกี่ยวกับความรักอิสรภาพและเสรีภาพ
เป็นแก่นของวัฒนธรรมไทย กล่าวคือ วิถีชีวิตของคนไทยโดยส่วนรวมมีเอกลักษณ์ซึ่งแสดงออกถึง
อิสรภาพและเสรีภาพ

๔) การเผยแพร่ทางวัฒนธรรม วัฒนธรรมทางสังคมหนึ่งย่อมแตกต่างไปจากวัฒนธรรมทาง
สังคมอื่น ๆ ทั้งนี้เพราะวัฒนธรรมมิได้เกิดขึ้นมาในภาชนะที่ถูกผนึกตราบเท่าที่มนุษย์ ไม่ว่าจะ
เป็นนักท่องเที่ยว พ่อค้า ทหาร หมอสอนศาสนา และผู้คนยังคงอพยพย้ายถิ่นที่อยู่จากแห่งหนึ่งไป
ยังแห่งอื่น ๆ คนเหล่านั้นมักนำวัฒนธรรมของพวกเขาติดตัวไปด้วยเสมอ ซึ่งถือได้ว่าเป็นการเผย
แพร่ทางวัฒนธรรม นอกจากนั้นวิธีการอันทันสมัยเกี่ยวกับการติดต่อสื่อสารและการขนส่งยังช่วย
ให้การเผยแพร่วัฒนธรรมเป็นไปได้อย่างสะดวกรวดเร็วและกว้างขวาง ประจักษ์พยานในเรื่องนี้
เห็นได้จากน้ำอัดลมชื่อต่าง ๆ มีอยู่ทั่วทุกมุมโลก และวัฒนธรรมของสังคมอื่นยังได้เผยแพร่เข้ามา
ในสังคมไทย ดังที่จะได้ยกตัวอย่างต่อไปนี้

ศาสนาพราหมณ์ ได้เผยแผ่เข้ามาในสังคมไทยผ่านทางเขมร อินโดนีเซียและมลายู อันเป็น
ที่มาของประเพณีต่าง ๆ ซึ่งได้รับการปฏิบัติกันอยู่ในสังคมไทย ไม่ว่าจะเป็นประเพณีสงกรานต์
ประเพณีอาบน้ำในพิธีการต่าง ๆ เช่น การอาบน้ำในพิธีปลงผมไฟ การอาบน้ำในพิธีโกนจุก การ
อาบน้ำในพิธีการแต่งงาน และการอาบน้ำศพ เป็นต้น

พระพุทธศาสนา ได้เผยแผ่เข้ามาในสังคมไทยโดยผ่านทางประเพณีจีน พม่าและลังกา ซึ่ง

พระพุทธศาสนาผูกพันกับวิถีชีวิตของคนไทยตั้งแต่เกิดจนตาย ประเพณีที่สำคัญ ๆ ได้แก่ การก่อ พระเจดีย์ทราย การทอดกฐิน และการบวชนาค เป็นต้น

วัฒนธรรมตะวันตก อันเป็นที่มาหนึ่งของวัฒนธรรมไทย หลั่งไหลเข้ามาในสังคมไทย อันเป็น ผลสืบเนื่องมาจากความสะดวกรวดเร็วของการติดต่อสื่อสาร การคมนาคม และการสื่อสารมวลชน วัฒนธรรมตะวันตกที่ได้เผยแพร่เข้ามา ได้แก่ มารยาทในการสังคม เช่น การสัมผัสมือ การกีฬา เช่น รักบี้ ฟุตบอล และการแต่งกายแบบสากลอันได้แก่ การผูกเนกไท การสวมเสื้อนอก เป็นต้น

❖ คำศัพท์และวลี

คำสมาส （按巴利语、梵语构词法构成的）复合词	
รากศัพท์　词根	กลมเกลียว　融洽；和睦
งอกงาม　茂盛；茁壮	คงที่　固定；保持原状
ครองชีพ　维持生活；过日子	กาลเทศะ　场合；时宜
จารีต　礼教；规范	สุนทรียะ　美丽；秀丽
วัตถุธรรม　物质文化	คติธรรม　佛道；圣道；人生准则
เนติธรรม　规矩；规范；法规	สหธรรม　同道；同法理；社会规范
เครื่องนุ่งห่ม　衣服；服装	สุจริต　忠实；正直；廉洁
วินัย　纪律；法纪	ปัจจัย　因素
ผูกพัน　关联；连结；眷恋	อิสรภาพ　独立；自由
ผนึก　联合；团结；塞紧	ประจักษ์　清楚；明显
เผยแผ่　普及；传播；宣传	

📋 แบบฝึกหัด

๑. อธิบายความหมายของวัฒนธรรม

๒. อธิบายการจำแนกประเภทของวัฒนธรรมพร้อมยกตัวอย่างประกอบ

๓. อธิบายที่มาของวัฒนธรรมพร้อมยกตัวอย่างประกอบ

๔. อธิบายความหมายของคำว่า "วัตถุธรรม คติธรรม เนติธรรม และสหธรรม" ตามความเข้าใจของ
ผู้เรียนพร้อมยกตัวอย่างประกอบ

๕. อภิปรายความสำคัญของวัฒนธรรมและวิธีการรักษาวัฒนธรรมอันดีงามของชาติ

📚 ความรู้เสริม

สังคมกับวัฒนธรรม

มนุษย์เป็นสัตว์ที่มีความคิดและรู้จักใช้เหตุผลในการเนรมิตหรือสร้างสรรค์สิ่งต่าง ๆ ให้มี ให้
เป็นขึ้น ด้วยเหตุนี้มนุษย์จึงเป็นนักสร้างสรรค์สิ่งต่าง ๆ มาตั้งแต่ได้เริ่มมีบนพื้นโลก ปฏิกิริยาที่มีต่อ
ความงามความมหัศจรรย์ของสิ่งแวดล้อมทางธรรมชาติและการต่อสู้เพื่อการดำรงชีวิต ได้ช่วยให้
มนุษย์มีมวลประสบการณ์ทั้งหลาย แล้วนำมวลประสบการณ์ต่าง ๆ เหล่านั้นมาใช้เป็นแนวทางใน
การปรับตัวและสร้างสิ่งต่าง ๆ รับช่วงติดต่อสืบเนื่องกันเป็นลำดับจนถึงปัจจุบัน

สังคมเกิดจากการรวมกันของมนุษย์ บรรพบุรุษชุดแรกของมนุษย์นั้นต่างคนต่างก็ดำรงชีวิต
อยู่ตามลำพัง แต่การที่มนุษย์มีความต้องการทางธรรมชาติมากกว่าสัตว์โลกประเภทอื่น ๆ ประกอบ
กับมีมันสมองที่ชาญฉลาด จึงทำให้มนุษย์รู้จักใช้สติปัญญาคิดค้นและปรับปรุงการดำรงชีวิตของ
ตนให้ดีขึ้นกว่าเดิม อันเป็นต้นเหตุให้มนุษย์เริ่มรู้จักกัน มีความสัมพันธ์ต่อกัน แล้วเข้ามาอยู่ร่วมกัน
เป็นกลุ่มเพื่อพึ่งพาอาศัยซึ่งกันและกัน และตอบสนองความต้องการทางด้านจิตใจของตน เริ่มต้น
จากการรวมกลุ่มของมนุษย์เพียง ๒ คน แล้วได้ขยายเป็นกลุ่มสังคมขนาดใหญ่ขึ้นตามลำดับ

ธรรมชาติของมนุษย์มีความต้องการที่จะอยู่รวมกันเป็นกลุ่ม มีความสัมพันธ์ต่อกันและการ
พึ่งพาอาศัยกันและกัน นอกจากนี้มนุษย์สามารถเรียนรู้และสร้างสรรค์ระเบียบสังคมขึ้นมา แล้ว
ดำเนินชีวิตอยู่ภายใต้ระเบียบกฎเกณฑ์ที่เรียกว่า "วัฒนธรรม" เพื่อความสงบเรียบร้อยแล้วรู้จัก
พัฒนาสังคมของตนให้เจริญรุ่งเรืองตามลำดับกระทั่งกลายเป็น "อารยธรรม" ในที่สุด

วัฒนธรรมเป็นเรื่องสำคัญมาก เพราะวัฒนธรรมเป็นเครื่องบ่งชี้ให้เห็นถึงความเจริญรุ่งเรือง
หรือความก้าวหน้าของสังคมในอดีต ทุกชาติทุกภาษาจึงมีนโยบายที่จะรักษาและเชิดชูวัฒนธรรม
ของตนไว้ ประเทศไทยในสมัยที่มีจอมพล ป. พิบูลสงคราม เป็นนายกรัฐมนตรี ได้ตระหนักถึง
คุณค่าของวัฒนธรรม ฉะนั้นรัฐบาลในสมัยที่จอมพล ป. พิบูลสงคราม เป็นนายกรัฐมนตรีจึงได้

ถือการฟื้นฟูวัฒนธรรมไทยเป็นนโยบายสำคัญ เช่น มีการบูรณะจังหวัดพระนครศรีอยุธยา จัดตั้ง
กระทรวงวัฒนธรรมเพื่อทำหน้าที่ในการทะนุบำรุงวัฒนธรรมของชาติ

(ที่มา ดนัย ไชยโยธา. สังคม วัฒนธรรม และประเพณีไทย.๒๕๔๖. หน้า ๑๐๐)

❖ คำศัพท์และวลี

เนรมิต	创造；建造	ปฏิกิริยา	反应；反响
มหัศจรรย์	极神奇；极奇特	มวล	全部；全体
ปรับตัว	调整；调节	รับช่วง	继承；接班；接替
สืบเนื่อง	继续；连续；承接	มันสมอง	脑髓；脑浆
ชาญฉลาด	聪明机智	สติปัญญา	智慧；智力
ตอบสนอง	响应	ระเบียบ	纪律；规矩；规则；规章
บ่งชี้	指明	เชิดชู	推崇；赞扬
บูรณะ	修复；修补；修缮	ทะนุบำรุง	维护；扶持；扶助

📔 ความรู้ที่เกี่ยวข้อง

文　化

　　19世纪下半叶，英国文化学家泰勒出版的《原始文化》一书，是关于神话、哲学、宗教、语言、艺术和习俗发展研究的著作。泰勒在书中给"文化"下了这样一个定义，说它是"包括知识、信仰、艺术、道德、法律、习俗和任何人作为一名社会成员而获得的能力和习惯在内的复杂整体"。这一观点影响巨大，在文化史的研究方面具有开先河的作用。直到现在，还可以作为我们了解和认识"文化"的参考。后来，人们纷纷用自己的理解和认识来给"文化"下定义。其中，有的侧重于历史性，有的侧重于规范性，有的侧重于心理性，有的侧重于结构性，有的侧重于遗传性，等等。迄今为止，文化的定义有数百种之多。

　　马克思主义理论家对"文化"做了一种新的解释，即把"文化"分为广义和狭义两种。如苏联哲学家罗森塔尔·尤金在他所编的《哲学小辞典》中认为："文化是人类在社会历史实践过程中所创造的物质财富和精神财富的总和。从比较狭隘的意义来讲，文化就是在历史上一定的物质资料生产方式的基础上发生和发展的社会精神生活形式的总和。"我国1979年出版的《辞海》基本上采用了这个说法。但也不是所有人都同意这个观点,对文化的定义仍然存在许多争论。这不是说文化有多么复杂,而是表明文化有多个层面,企图用简略的语言加以概括是很困难的。

但是,不论"文化"有多少定义,有一个根本点还是很明确的,即文化的核心问题是人。有人才能创造文化,形成文化。文化是人类智慧和创造力的体现。不同种族,不同民族的人创造不同的文化。人创造了文化,也享受文化,同时也受约束于文化,最终又要不断地改造文化。我们都是文化的创造者,又是文化的享用者和改造者。人虽然要受文化的约束,但人在文化的发展中永远是主动的。没有人的主动创造,文化便失去了光彩,失去了活力,甚至失去了生命。关于文化的结构,也有很多不同的说法。一般地把它分为四个层次:一为物态文化层,指人的物质生产活动及其产品的总和,是看得见、摸得着的具体实在的事物,如人们的衣、食、住、行等;二为制度文化层,指人们在社会实践中建立的规范自身行为和调节相互关系的准则;三为行为文化层,指人在长期社会交往中约定俗成的习惯和风俗,它是一种社会的、集体的行为,不是个人的随心所欲;四为心态文化层,指人们的社会心理和社会意识形态,包括人们的价值观念、审美情趣、思维方式以及由此而产生的文学艺术作品。这是文化的核心部分,也是文化的精华部分。

程裕祯:《中国文化要略》(第4版),外语教学与研究出版社,2013,第3—4页。

บทที่ ๒
สังคมไทยในสมัยต่าง ๆ (๑)

จุดประสงค์การเรียนรู้

๑. นักศึกษาสามารถอธิบายการแบ่งช่วงเวลาของสังคมไทยในยุคสมัยต่าง ๆ ได้

๒. นักศึกษาสามารถอธิบายสภาพสังคมไทยในยุคสมัยต่าง ๆ ได้

ยุคสังคมล่าสัตว์ - หาของป่า (ประมาณ ๖๐๐,๐๐๐-๔,๕๐๐ปีก่อน)

ยุคนี้เป็นยุคสมัยที่มนุษย์ซึ่งอาศัยอยู่ในดินแดนประเทศไทยปัจจุบันดำรงชีพด้วยการล่าสัตว์ หาพืชผักและผลไม้ตามธรรมชาติเป็นอาหาร ยังไม่รู้จักการเพาะปลูกและการสร้างที่อยู่อาศัยอย่าง ถาวร เคลื่อนย้ายไปตามแหล่งที่มีอาหารอุดมสมบูรณ์เพื่อการดำรงชีพ ลักษณะที่อยู่อาศัยจึงเป็นถ้ำ และเพิงผา รู้จักใช้วัสดุตามธรรมชาติที่มีอยู่รอบตัวในการทำเป็นเครื่องมือเครื่องใช้ เช่น นำหิน ไม้ และกระดูกสัตว์มาทำเป็นขวาน เครื่องมือสับตัด เครื่องมือขูด ฯลฯ

ยุคสังคมเกษตรกรรม (ประมาณ ๔,๕๐๐-๒,๕๐๐ ปีก่อน)

มนุษย์มีพัฒนาการอย่างต่อเนื่องนับจากยุคสังคมล่าสัตว์ - หาของป่า จนกระทั่งเมื่อประมาณ ๑๐,๐๐๐-๗,๐๐๐ ปีก่อน จึงเริ่มมีการตั้งหลักแหล่งอยู่อาศัยค่อนข้างถาวรในบริเวณที่พอจะควบคุม ธรรมชาติแวดล้อมได้ จึงพบการอยู่อาศัยของมนุษย์บริเวณริมลำน้ำ เพิ่มจากการอยู่อาศัยตามถ้ำและ เพิงผาที่เคยอยู่แต่เดิม

หลังจากนั้นในช่วงระหว่าง ๔,๕๐๐-๔,๐๐๐ ปีก่อนจึงเริ่มรู้จักการเพาะปลูกข้าวและเลี้ยงสัตว์ มีการทำภาชนะดินเผาเพื่อใช้ในชีวิตประจำวันและใช้ในพิธีกรรมต่าง ๆ นอกจากนี้ยังรู้จักการทำ เครื่องมือเครื่องใช้ด้วยโลหะประเภทสำริด

ในเวลาต่อมามนุษย์เริ่มมีแบบแผนการดำรงชีวิตที่ซับซ้อนขึ้น   มีการสร้างบ้านเรือนรวมกัน
เป็นกลุ่ม   มีแบบแผนพิธีกรรมความเชื่อเกี่ยวกับการฝังศพ   พร้อมด้วยการฝังสิ่งของอุทิศแก่ผู้ตาย
มีการเขียนภาพและสลักภาพบนผนังถ้ำและเพิงผา   ตลอดจนการรับวัฒนธรรมจากดินแดนที่อยู่
ภายนอกด้วย

ชุมชนขนาดใหญ่ที่มีความซับซ้อนในระบบสังคม เกิดขึ้นตั้งแต่ช่วงประมาณ ๒,๕๐๐ ปีก่อน
มีหลักฐานที่ทำให้เชื่อได้ว่าผู้คนมีการแบ่งชนชั้นในระดับต่าง ๆ   ตามเงื่อนไขทางเศรษฐกิจหรือ
หน้าที่ในสังคมและเริ่มพัฒนาสู่การเป็นเมือง   โดยชุมชนเหล่านี้ตั้งถิ่นฐานกระจายอยู่ทั่วไปบริเวณ
ลุ่มแม่น้ำต่าง ๆ เช่น ลุ่มแม่น้ำโขง แม่น้ำชี แม่น้ำมูล ในภาคตะวันออกเฉียงเหนือ ลุ่มแม่น้ำปิงและ
ลำน้ำสาขาต่าง ๆ ในภาคเหนือ ลุ่มแม่น้ำสุพรรณบุรี ลุ่มแม่น้ำแคว ลุ่มแม่น้ำป่าสักในภาคกลาง และ
บริเวณชายฝั่งทะเลทั้งสองฝั่งของคาบสมุทรภาคใต้

วัฒนธรรมทวารวดี (พุทธศตวรรษที่ ๑๑ - ๑๖)

สภาพสังคมและวัฒนธรรมทวารวดีนั้นพัฒนามาจากสภาพชุมชนสมัยก่อนประวัติศาสตร์
ผสมผสานกับวัฒนธรรมที่ได้รับอิทธิพลจากอินเดียผ่านการติดต่อค้าขาย จึงมีลักษณะเป็นเมืองซึ่ง
ขยายตัวจากสังคมหมู่บ้านมาเป็นสังคมเมือง โดยมีรากฐานทางเศรษฐกิจคือการเกษตรกรรม การ
ค้าขายแลกเปลี่ยนระหว่างชุมชนใกล้เคียงกับชุมชนภายนอกนับถือพุทธศาสนาควบคู่ไปกับศาสนา
ฮินดู

แหล่งโบราณคดีในสมัยนี้มีลักษณะการก่อสร้างเป็นแหล่งชุมชนที่มีคูน้ำคันดินล้อมรอบ ซึ่งคู
น้ำคันดินจะก่อสร้างตามสภาพธรรมชาติ ทำให้มีรูปร่างไม่แน่นอน ไม่เป็นรูปแบบผังทรงเรขาคณิต
อย่างเคร่งครัดเช่นเมืองโบราณในยุคหลัง

วัฒนธรรมศรีวิชัย (พุทธศตวรรษที่ ๑๓ - ๑๘)

ศรีวิชัยเป็นชื่อเรียกดินแดนในคาบสมุทรภาคใต้ในสมัยโบราณ ปัจจุบันเชื่อกันว่าศรีวิชัยไม่ใช่
อาณาจักรที่มีศูนย์กลางของอำนาจในทางการเมืองและควบคุมเศรษฐกิจอยู่ที่เมืองใดเมืองหนึ่ง   แต่
เป็นชื่อเรียกรูปแบบทางศิลปะและวัฒนธรรมในช่วงระยะเวลาหนึ่งที่ปรากฏในบริเวณคาบสมุทร
ภาคใต้ไปจนถึงเกาะชวา - สุมาตรา (ประเทศอินโดนีเซียปัจจุบัน)โดยมีความสัมพันธ์หรือร่วมสมัย

เดียวกันกับศิลปะชวา ซึ่งรุ่งเรืองอยู่ในช่วงพุทธศตวรรษที่ ๑๓ - ๑๘

    เมืองในวัฒนธรรมศรีวิชัยส่วนใหญ่เป็นเมืองท่าเรือ   จึงเป็นพื้นที่ซึ่งเหมาะสมในการแลกรับวัฒนธรรมจากดินแดนในซีกโลกตะวันตกและตะวันออก อาทิ อาหรับ อินเดีย จีน ฯลฯ ซึ่งเป็นดินแดนคู่ค้าทางทะเล ส่งผลให้เกิดการผสมผสานรูปแบบศิลปะ และถ่ายทอดเป็นงานศิลปกรรมในคติพุทธศาสนานิกายมหายานเป็นส่วนใหญ่

❖ คำศัพท์และวลี

เพาะปลูก	种植	ถาวร	永久的
เคลื่อนย้าย	迁移	เพิงผา	棚屋
พัฒนาการ	发展	ควบคุม	控制；管理
ภาชนะ	器皿	พิธีกรรม	（宗教）仪式；典礼
สำริด	合金	อุทิศ	捐献；奉献；贡献
ชนชั้น	阶层；阶级	เงื่อนไข	条件
หน้าที่	职责；责任	กระจาย	分布；分散
อิทธิพล	影响	รากฐาน	基础
ใกล้เคียง	接近；相近	คูน้ำ	水沟；水渠
คันดิน	土埂	ล้อมรอบ	环绕；围绕
เรขาคณิต	几何学	ชวา	爪哇
สุมาตรา	苏门答腊岛	นิกาย	教派；宗派；流派

📋 แบบฝึกหัด

๑. อธิบายการแบ่งช่วงเวลาของสังคมไทยในยุคสมัยต่าง ๆ

๒. อธิบายสภาพสังคมของไทยในยุคสังคมล่าสัตว์ – หาของป่า ยุคสังคมเกษตรกรรม วัฒนธรรมทวารวดี และวัฒนธรรมศรีวิชัย

ความรู้เสริม

แหล่งโบราณคดีของไทย

ยุคสังคมล่าสัตว์ - หาของป่า

ในยุคสังคมล่าสัตว์ - หาของป่าในประเทศไทย กำหนดอายุจากแหล่งโบราณคดีแม่ทะ จังหวัดลำปาง ซึ่งได้รับการกำหนดอายุอยู่ในราว ๖๐๐,๐๐๐-๔๐๐,๐๐๐ ปีก่อน นอกจากนี้ยังมีแหล่งโบราณคดีในประเทศไทยที่อยู่ในยุคสมัยเดียวกันที่มีชื่อเสียงอีกหลายแห่ง เช่น แหล่งโบราณคดีถ้ำหลังโรงเรียน จังหวัดกระบี่ แหล่งโบราณคดีถ้ำหมอเขียว จังหวัดกระบี่ แหล่งโบราณคดีถ้ำผีแมน จังหวัดแม่ฮ่องสอน แหล่งโบราณคดีเพิงผาบ้านไร่ จังหวัดแม่ฮ่องสอน เป็นต้น

ยุคสังคมเกษตรกรรม

นักโบราณคดีเชื่อกันว่าภาพเขียนสีบนผนังถ้ำและเพิงผาในประเทศไทยบางแห่งน่าจะเขียนขึ้นในช่วงประมาณ ๔,๐๐๐-๒,๕๐๐ ปีก่อน เช่น ภาพเขียนสีที่เขาภูปลาร้า จังหวัดอุทัยธานี

แหล่งโบราณคดีที่สำคัญในยุคสมัยนี้ ได้แก่ แหล่งโบราณคดีบ้านเก่า จังหวัดกาญจนบุรี แหล่งโบราณคดีบ้านเชียง จังหวัดอุดรธานี แหล่งโบราณคดีโนนนกทา จังหวัดขอนแก่น แหล่งโบราณคดีบ้านปราสาท จังหวัดนครราชสีมา แหล่งโบราณคดีบนภูพระบาท จังหวัดอุดรธานี ฯลฯ

ในช่วงเวลาประมาณ ๒,๕๐๐ ปีก่อน ผู้คนมีการติดต่อสัมพันธ์กับกลุ่มชนต่างอารยธรรมทั้งในซีกโลกตะวันออกและตะวันตก ได้แก่ อาหรับ อินเดีย จีน ฯลฯ ก่อให้เกิดการรับอิทธิพลทางวัฒนธรรมจากภายนอก และนำมาปรับใช้กับวัฒนธรรมของชนพื้นเมืองในดินแดนแถบนี้ เช่น รูปแบบการปกครอง ศาสนา และศิลปวัฒนธรรม จนเกิดเป็นลักษณะเฉพาะทางวัฒนธรรมของตนเอง

แหล่งโบราณคดีที่สำคัญในสมัยนี้ ได้แก่ แหล่งโบราณคดีบ้านดอนตาเพชร จังหวัดกาญจนบุรี แหล่งโบราณคดีพงตึก จังหวัดกาญจนบุรี แหล่งโบราณคดีเกาะคอเขา จังหวัดพังงา แหล่งโบราณคดีคลองท่อม จังหวัดกระบี่ แหล่งโบราณคดีเขาสามแก้ว จังหวัดชุมพร เป็นต้น

วัฒนธรรมทวารวดี

ยุคนี้ผู้คนนิยมสร้างเมืองและชุมชนเป็นรูปวงกลม รูปวงรี หรือเป็นไปตามลักษณะภูมิประเทศ ล้อมรอบด้วยคูน้ำคันดิน เช่น เมืองโบราณนครปฐม จังหวัดนครปฐม เมืองอู่ทอง จังหวัดสุพรรณบุรี เมืองคูบัว จังหวัดราชบุรี เมืองศรีเทพ จังหวัดเพรชบูรณ์ เมืองนครจำปาศรี จังหวัดมหาสารคาม เมืองหริภุญไชย จังหวัดลำพูน เมืองยะรัง จังหวัดปัตตานี เป็นต้น

(ที่มา กระทรวงวัฒนธรรม. ๒๕๕๗. ศิลปวัฒนธรรมไทย.)

❖ คำศัพท์และวลี

ก่อให้เกิด	引起；导致	รูปรี	椭圆形

ความรู้ที่เกี่ยวข้อง

泰国历史简况（一）

泰国是一个有着悠久历史的国家。早在远古旧石器时代，泰国境内就已经有人类居住。公元3世纪，孟人在泰国中部湄南河盆地建立了两个国家，中国史籍称之为林阳和金邻。从记载看，林阳的领土在当今泰国的西南部，并扩展到缅甸西部，都城在今泰国的莲边。金邻位于林阳东边的湄南河流域地区，都城在今泰国的佛统。在南部沿海地区，孟人还建立了盘盘、赤土等国家。盘盘国大约位于今泰国佛丕、华欣一带，赤土国位于今泰国南部的宋卡、北大年一带。

公元6世纪以后，孟人在湄南河下游建立了堕罗钵底国，中国史籍称之为投和或堕和罗国。堕罗钵底国以今日的那空巴统府（即佛统府）为中心，东至孔敬府，西至北碧府，南至叻武里府，北至猜纳府。到7世纪初，堕罗钵底国被吴哥王朝征服，成为其属地。

公元7世纪下半叶，在现今泰国北部还有一个孟人统治的国家，叫哈利奔猜国。该国以今日的南奔为中心，其疆域和人口都不及堕罗钵底国。10世纪前后，在现今泰国北部出现了第一个泰人国家兰那王国，13世纪末，兰那王国灭掉了哈利奔猜国。

素可泰王朝（1238—1438年）

素可泰王朝是泰国历史上信史可考的第一个王朝。11—12世纪时，泰国地区仍处在部族、部落国家割据分立的状态之中，北部有以泰族为主体的清盛国、帕耀国和以孟族为主体的哈利奔猜国，中部有以罗斛族为主体的罗斛国和以泰族为主体的差良国，这些部落国家当时都隶属于柬埔寨的吴哥王国。公元13世纪初，素可泰城也处于吴哥王国的统治之下，而此时的吴哥王国国势日渐衰落。1238年，原隶属于吴哥王国的泰族首领邦克朗刀联合另一位泰族首领帕孟，脱离吴哥王国，攻克了素可泰城，建立了以泰族为主体的素可泰王国，邦克朗刀为第一任国王，尊号"室利·鹰沙罗铁"。素可泰王国是泰国历史上第一个有文字记载的国家，我国元代以后的史籍将素可泰王国称之为暹国。素可泰王朝的统治时间从1238年到1438年。

陈晖、熊韬：《泰国概论》，世界图书出版广东有限公司，2012，第36–37页。

บทที่ ๓
สังคมไทยในสมัยต่าง ๆ (๒)

จุดประสงค์การเรียนรู้

นักศึกษาสามารถอธิบายภาพรวมของสังคมไทยในแต่ละยุคสมัยได้

วัฒนธรรมลพบุรีหรือวัฒนธรรมแบบเขมรโบราณในประเทศไทย (พุทธศตวรรษที่ ๑๒ - ๑๘)

ในขณะที่วัฒนธรรมทวารวดีปรากฏในพื้นที่หลายแห่งของประเทศไทย โดยเฉพาะบริเวณภาคกลาง ภาคตะวันออก และภาคตะวันออกเฉียงเหนือ เวลาเดียวกันนั้นวัฒนธรรมเขมรโบราณก็ได้แพร่กระจายเข้ามายังบริเวณภาคตะวันออกเฉียงเหนือ ในพุทธศตวรรษที่ ๑๒ และทวีบทบาทเป็นวัฒนธรรมหลักบริเวณบางส่วนของภาคกลาง ภาคตะวันออก และภาคตะวันออกเฉียงเหนือนับแต่พุทธศตวรรษที่ ๑๖-๑๘ เป็นต้นมา

อย่างไรก็ตามรูปแบบศิลปะแบบเขมรโบราณที่ถูกสร้างขึ้นในประเทศไทยนี้มีรูปแบบบางอย่างทางศิลปกรรมแตกต่างจากศิลปะเขมรโบราณที่พบในประเทศกัมพูชา นักวิชาการจึงเรียกศิลปกรรมแบบดังกล่าวว่า “ศิลปะลพบุรี” หรือศิลปะแบบเขมรโบราณในประเทศไทย

วัฒนธรรมล้านนา (พุทธศตวรรษที่ ๑๗ - ๒๔)

ราวพุทธศตวรรษที่ ๑๖ - ๑๗ กลุ่มชนในภาคเหนือมีการผสมผสานทางวัฒนธรรมกับกลุ่มชนภายนอก เช่น กลุ่มชนในวัฒนธรรมทวารวดีบริเวณภาคกลาง และกลุ่มชนในพม่า เกิดเป็นรัฐหริภุญชัย บริเวณลุ่มแม่น้ำปิง มีศูนย์กลางคือเมืองหริภุญชัย (จังหวัดลำพูนในปัจจุบัน)

ต่อมาราวพุทธศตวรรษที่ ๑๗ พระเจ้ามังรายกษัตริย์องค์ที่ ๒๕ ทรงรวบรวมเมืองลำพูนและเมืองใกล้เคียงอื่น ๆ สถาปนารัฐล้านนาขึ้นเมื่อราว พ.ศ. ๑๘๓๙ มีศูนย์กลางที่พิงครัฐ (จังหวัดเชียงใหม่ในปัจจุบัน)

รัฐล้านนาประกอบด้วยผู้คนหลากหลายเชื้อชาติ อาทิ ไทยวน ไทลื้อ ไทใหญ่ ไทยอง ไทเขิน ฯลฯ ทำให้มีรูปแบบศิลปกรรมเฉพาะตัว ซึ่งผสมผสานจากศิลปะแบบต่าง ๆ อาทิ ศิลปะพม่า ศิลปะล้านช้าง ตลอดจนศิลปะสุโขทัย ศิลปะลพบุรี และศิลปะอยุธยา

สมัยสุโขทัย (พุทธศตวรรษที่ ๑๘ - ๒๑)

รัฐสุโขทัยก่อตั้งขึ้นโดยพ่อขุนศรีอินทราทิตย์เมื่อราว พ.ศ. ๑๘๐๐ มีสุโขทัยเป็นราชธานี และมีเมืองในเครือข่ายทางวัฒนธรรมที่มีความสำคัญกระจายอยู่ในเขตภาคกลางตอนบน ได้แก่ ศรีสัชนาลัย กำแพงเพชร พิษณุโลก พิจิตร อุตรดิตถ์ และตาก

วัฒนธรรมสุโขทัยพัฒนาขึ้นภายใต้ความเชื่อศาสนาพุทธแบบเถรวาทและศาสนาฮินดู ซึ่งมีส่วนสำคัญต่อการสร้างสรรค์งานศิลปกรรมในทุกแขนง

สมัยอยุธยา (พ.ศ. ๑๘๙๓ - ๒๓๑๐)

พ.ศ. ๑๘๙๓ สมเด็จพระรามาธิบดีที่ ๑ (พระเจ้าอู่ทอง) ทรงสถาปนากรุงศรีอยุธยาขึ้นเป็นราชธานี ด้วยชัยภูมิที่เหมาะสมของอยุธยาซึ่งเป็นบริเวณอุดมสมบูรณ์ของที่ราบลุ่มแม่น้ำภาคกลาง ประกอบกับความเชี่ยวชาญในการค้าขาย ทำให้อาณาจักรนี้เจริญมั่งคั่งเป็นปึกแผ่น ตลอดระยะเวลา ๔๑๗ ปี อาณาจักรนี้ได้มีพัฒนาการทางวัฒนธรรมที่หลากหลาย และด้วยปัจจัยดังกล่าวจึงทำให้ศิลปกรรมอยุธยาเป็นพื้นฐานต่อการสร้างสรรค์งานศิลปกรรมไทยในสมัยต่อมา

สังคมสมัยอยุธยามีการปกครองแบบพระมหากษัตริย์ทรงมีฐานะเป็นสมมติเทพ โดยถือกันว่าที่ดินทั่วพระราชอาณาจักรเป็นทรัพย์สินของพระมหากษัตริย์ บุคคลอื่นในสังคมจะได้รับการกำหนดสิทธิในการครอบครองที่ดินไม่เท่ากัน ซึ่งขึ้นกับสถานะทางสังคมของบุคคลนั้น ๆ

อยุธยาเจริญรุ่งเรืองจากการค้า ซึ่งเป็นระบบการค้าแบบผูกขาด โดยราชการทำหน้าที่ดูแลการค้าขายและกิจการเกี่ยวกับชาวต่างประเทศ รวมทั้งส่งเรือออกไปค้าขาย ซึ่งระบบการค้าลักษณะดังกล่าวถูกยกเลิกในสมัยรัตนโกสินทร์ เมื่อพระบาทสมเด็จพระจอมเกล้าเจ้าอยู่หัวทรงทำสนธิสัญญาเบาว์ริงกับอังกฤษ

สมัยธนบุรีและรัตนโกสินทร์ตอนต้น (พ.ศ. ๒๓๑๐ - ๒๓๙๔)

ภายหลังการสิ้นสุดของสมัยอยุธยาใน พ.ศ. ๒๓๑๐ สมเด็จพระเจ้ากรุงธนบุรีทรงเห็นว่ากรุงศรีอยุธยาเสียหายมาก ยากที่จะฟื้นฟูให้เหมือนเดิม พระองค์จึงทรงย้ายเมืองหลวงมาอยู่ที่เมืองบางกอก ฝั่งตะวันตกของแม่น้ำเจ้าพระยา ทรงปราบดาภิเษกขึ้นเป็นกษัตริย์และพระราชทานนามเมืองนี้ว่า "กรุงธนบุรีศรีมหาสมุทร"

สมัยธนบุรีนี้บ้านเมืองยังอยู่ในช่วงฟื้นตัวในทุกด้าน งานศิลปกรรมทุกแขนงจึงมีลักษณะเรียบง่าย ด้านสถาปัตยกรรมมีการผสมผสานรูปแบบสถาปัตยกรรมจีน

ต่อมาใน พ.ศ. ๒๓๒๕ พระบาทสมเด็จพระพุทธยอดฟ้าจุฬาโลกมหาราชทรงปราบดาภิเษกขึ้นเป็นปฐมกษัตริย์แห่งราชวงศ์จักรี และทรงสถาปนากรุงเทพมหานครขึ้น

เป็นราชธานีใหม่ของไทย นับเป็นการเริ่มต้นของศิลปะและวัฒนธรรมสมัยรัตนโกสินทร์ที่พัฒนาไปสู่ศิลปะร่วมสมัยในปัจจุบัน

❖ คำศัพท์และวลี

ทวี 增加；增长；成倍增加	ผสมผสาน 混合；融合；交融
ราชธานี 首都；京都	เถรวาท 小乘佛教
สร้างสรรค์ 创造；建设	แขนง 分科；门类
สถาปนา 建立；创立	ชัยภูมิ 有利地形
สมมติเทพ 假想神仙	ทรัพย์สิน 财产；财富
ครอบครอง 持有；占有；管理	ผูกขาด 垄断
ยกเลิก 取消	สนธิสัญญา 条约；协约
ฟื้นฟู 恢复	เมืองหลวง 首都
ปราบดาภิเษก 登基典礼；加冕典礼	สถาปัตยกรรม 建筑艺术
ปฐมกษัตริย์ 首位君王	

แบบฝึกหัด

๑. อธิบายภาพรวมของสังคมไทยในแต่ละยุคสมัย

๒. ศึกษาเพิ่มเติมเกี่ยวกับประวัติวัฒนธรรมลพบุรี

๓. ศึกษาเพิ่มเติมเกี่ยวกับประวัติวัฒนธรรมล้านนา

ความรู้เสริม

๑. ภูมิสัณฐานแห่งกรุงศรีอยุธยา

บริเวณที่ก่อตั้งกรุงศรีอยุธยาเป็นการเลือกสรรภูมิสัณฐานที่มีภูมิประเทศแบบเกาะเมืองล้อม
รอบด้วยแม่น้ำหลายสาย ได้แก่ แม่น้ำเจ้าพระยา แม่น้ำลพบุรี แม่น้ำป่าสัก และแม่น้ำน้อย อันเป็น
กำแพงธรรมชาติป้องกันการรุกรานจากข้าศึก   รอบนอกเกาะเมืองเป็นที่ราบลุ่มแม่น้ำท่วมถึงใน
ช่วงฤดูน้ำหลาก   ซึ่งเป็นอุปสรรคต่อการตั้งทัพของข้าศึก   ด้วยเหตุนี้กรุงศรีอยุธยาตั้งอยู่บริเวณ
ดินดอนสามเหลี่ยมปากแม่น้ำ อันเกิดจากการทับถมของตะกอน ทำให้มีความอุดมสมบูรณ์ เหมาะ
แก่การเกษตรกรรม ทั้งยังเป็นชุมทางแหล่งรวมของสินค้าของป่าจากเมืองต่าง ๆ ที่อาศัยแม่น้ำทั้ง ๔
สายหลักเป็นเส้นทางคมนาคม ดังนั้นในทางเศรษฐกิจจึงก่อให้เกิดการค้าและการแลกรับวัฒนธรรม
กับหัวเมืองภาคกลาง ภาคเหนือ ภาคตะวันออกเฉียงเหนือ และภาคใต้ นอกจากนี้การมีที่ตั้งใกล้อ่าว
ไทยยังเป็นประตูสำคัญในการควบคุมเส้นทางการค้ากับต่างประเทศ

(ที่มา กระทรวงวัฒนธรรม. ๒๕๕๗. ศิลปวัฒนธรรมไทย.)

๒. พระราชวิเทโศบายในพระบาทสมเด็จพระจุลจอมเกล้าเจ้าอยู่หัว

ในรัชสมัยพระบาทสมเด็จพระจุลจอมเกล้าเจ้าอยู่หัวกระแสอิทธิพลจากตะวันตกที่แผ่ขยายเข้ามา
สู่ภูมิภาคเอเชียตะวันออกเฉียงใต้   พระองค์ทรงตระหนักถึงภัยดังกล่าว   ทรงพยายามทุกวิถีทางใน
การพัฒนาชาติให้ทันสมัย   ด้วยการสร้างความรู้ในศาสตร์สมัยใหม่แก่พระบรมวงศานุวงศ์และ
พสกนิกรของพระองค์ ขณะเดียวกันการเสด็จพระราชดำเนินเยือนยุโรปใน พ.ศ. ๒๔๔๐ และ พ.ศ.
๒๔๕๐   นับเป็นพระราชวิเทโศบายในการนำพาชาติไปสู่การยอมรับของนานาชาติในระดับสากล

ทำให้ประเทศไทยดำรงอธิปไตยสืบมาจนถึงปัจจุบัน

(ที่มา กระทรวงวัฒนธรรม.๒๕๕๗.ศิลปวัฒนธรรมไทย.)

❖ **คำศัพท์และวลี**

ภูมิสัณฐาน	地形	เลือกสรร	选择；挑选
ป้องกัน	防御；防卫	รุกราน	侵略；侵犯
ข้าศึก	敌人	ฤดูน้ำหลาก	洪水季节
อุปสรรค	障碍	ทับถม	堆积；集聚
ตะกอน	沉淀物；沉积物	พระราชวิเทโศบาย	（皇语）外交政策
ตระหนัก	意识到；认识到	ทันสมัย	时髦；时兴；现代
พระบรมวงศานุวงศ์	王族	พสกนิกร	百姓；黎民；庶民

ความรู้ที่เกี่ยวข้อง

泰国历史简况（二）

阿瑜陀耶王朝（1350—1767年）

1350年乌通王战胜素可泰王朝，建都阿瑜陀耶城（大城），开启了阿瑜陀耶王朝，又称大城王国，直到1767年被缅甸灭亡，历时417年。阿瑜陀耶位于泰国中部，是湄南河下游的一个小岛，它北面是华富里河，西面和南面是湄南河，东面开凿了一条巴莎运河，将华富里河和湄南河沟通。整个城市的四周被河流环绕。市内外交通发达。由此北上，有水、陆道可达泰北诸城；由此南下，经曼谷沿湄南河出海，可通中国和东南亚各国。

吞武里王朝（1767—1782年）

1767年缅甸军队攻陷阿瑜陀耶城，在城内烧杀掳掠15天后，主力部队撤回了缅甸，留下少量军队镇守阿瑜陀耶城。阿瑜陀耶城被缅甸攻占后，郑信组织力量抗击缅军，各阶层人民迫切希望恢复国家独立，纷纷投奔郑信，郑信力量不断壮大。经过一系列激烈的战斗，郑信重新夺回了阿瑜陀耶城，暹罗又获得了独立。由于阿瑜陀耶城已被缅军毁坏殆尽，郑信便在阿瑜陀耶南部湄南河西岸的吞武里建立了都城。1767年12月18日，郑信登基为王，史称郑信王。

曼谷王朝（1782年至今）

吞武里王朝灭亡后，1782年4月，披耶却克里自立为王，并把首都迁往湄南河东岸的曼谷，建立了曼谷王朝，也成为却克里王朝，披耶却克里号称拉玛一世。

段立生：《泰国通史》，上海社会科学院出版社，2014，第57页。

陈晖、熊韬：《泰国概论》，世界图书出版广东有限公司，2012，第44—46页。

บทที่ ๔
วิวัฒนาการของสังคมและวัฒนธรรมไทย

จุดประสงค์การเรียนรู้

๑. นักศึกษาสามารถอธิบายภาพรวมวิวัฒนาการของสังคมและวัฒนธรรมไทยได้

๒. นักศึกษาสามารถอธิบายอิทธิพลวัฒนธรรมชาติอื่นที่มีต่อวัฒนธรรมไทยได้

ชาติไทยเป็นชาติที่มีวัฒนธรรมอันดีงามมาแต่โบราณ   วัฒนธรรมไทยที่มีและปฏิบัติกันอยู่
นั้น ส่วนหนึ่งเป็นเรื่องของคนรุ่นก่อน ๆ หรือบรรพบุรุษของไทยได้ถ่ายทอดมายังอนุชนรุ่นหลัง
ทำให้ชาวไทยมีความประพฤติและการปฏิบัติอย่างที่เป็นอยู่ อีกส่วนหนึ่งได้มาจากวัฒนธรรมชาติ
อื่น เนื่องจากชาวไทยได้มีการติดต่อกับคนชาติอื่น ๆ เพื่อเชื่อมสัมพันธไมตรี เพื่อค้าขาย หรือด้วย
เหตุอย่างอื่น วัฒนธรรมของชาติเหล่านั้นจึงมีผลต่อวัฒนธรรมไทยไม่น้อย ชนชาติที่มีอิทธิพลต่อ
วัฒนธรรมไทย คือ มอญ ขอม อินเดีย จีน และชาติตะวันตก

ในอดีตชาติไทยติดต่อสมาคมกับชาวพื้นเมือง คือ มอญ และขอม ซึ่งมอญและขอมก็รับ
อิทธิพลมาจากอินเดียเช่นกัน โดยคนไทยเห็นว่าสิ่งใดดีมีประโยชน์ก็นำมาดัดแปลงและปรับใช้จน
กลายเป็นวัฒนธรรมไทย โดยเฉพาะอิทธิพลของอารยธรรมอินเดีย ปรากฏให้เห็นในด้านศาสนา
การปกครอง ขนบธรรมเนียมประเพณี วรรณคดี และศิลปกรรมอย่างกว้างขวาง และในระยะหลัง
อิทธิพลของอารยธรรมตะวันตกและจีนก็เพิ่มมากขึ้น

ศาสนา ชาติไทยรับศาสนาพุทธมาจากอินเดีย ศาสนาพุทธมีอิทธิพลต่อคนไทยเป็นอย่างมาก
ทั้งในด้านการปกครอง ในด้านกิริยามารยาท และความเป็นอยู่ จนกลายเป็นธรรมเนียมไทย ส่วน
คติความเชื่อในการประกอบพิธีกรรมต่าง ๆ ของพราหมณ์ไทยก็นำมาปฏิบัติไม่น้อย เช่น พิธีโกนจุก
พิธีหมั้น เป็นต้น

การปกครอง การปกครองของไทยในสมัยสุโขทัยมีลักษณะเป็นการปกครองแบบพ่อปกครอง

ลูก   แต่ในช่วงปลายสมัยสุโขทัยและสมัยอยุธยาได้รับอิทธิพลของขอมเข้ามาแทรกแซง   จึงเกิด
การเปลี่ยนแปลงการปกครองจากแบบพ่อปกครองลูกมาเป็นข้ากับเจ้า   หรือบ่าวกับนาย   ซึ่งขอม
ก็รับรูปแบบการปกครองนี้มาจากอินเดียอีกทอดหนึ่ง   โดยถือว่ากษัตริย์เป็นสมมติเทพ   ภายหลัง
ชาติไทยได้รับอารยธรรมของตะวันตก   จึงเกิดการเปลี่ยนแปลงการปกครองครั้งใหญ่มาเป็นแบบ
ประชาธิปไตย อันมีพระมหากษัตริย์ทรงเป็นประมุข

ศิลปกรรม สมัยสุโขทัยมีศิลปกรรมเป็นของตนเอง งดงามและค่อนข้างเป็นแบบไทยแท้ แต่
เมื่อไทยได้รับพระพุทธศาสนาลัทธิหินยาน นิกายลังกาวงศ์ ศิลปกรรมของลังกาจึงเข้ามามีอิทธิพล
ในศิลปะสุโขทัย โดยเฉพาะ "เจดีย์" ส่วนคติการสร้าง "วัด" หรือ การสร้างพระพุทธรูปนั้น ก็ได้รับ
มาจากอินเดีย พอถึงสมัยอยุธยาอิทธิพลของขอมมีมากในรูปการสร้าง "พระปรางค์"

วรรณกรรม วรรณคดีหรือวรรณกรรมของอินเดียมักเกี่ยวกับศาสนา หรือการยกย่องเทิดทูน
พระมหากษัตริย์   ซึ่งคติความเชื่อในเรื่องนี้มีอิทธิพลต่อพื้นฐานความเชื่อตลอดจนวรรณคดีและ
วรรณกรรมของไทย เช่น การมีใจเมตตาเอื้อเฟื้อ ความจงรักภักดีต่อกษัตริย์ การเชื่อฟังผู้ปกครอง
ความกตัญญูกตเวทีต่อผู้มีพระคุณ การให้อภัยต่อกัน เป็นต้น

ภาษา ในสมัยสุโขทัย พ่อขุนรามคำแหงทรงประดิษฐ์อักษรไทยขึ้นโดยได้รับอิทธิพลจากตัว
อักษรขอม นอกเหนือจากภาษาขอมแล้วชาติไทยยังนิยมใช้ภาษาบาลีและสันสกฤต ซึ่งเป็นผลมา
จากการเผยแผ่ศาสนาพุทธและศาสนาพราหมณ์   เมื่อรับศาสนาเข้ามาก็รับภาษาของเขามาใช้ใน
ภาษาไทยด้วย ในสมัยอยุธยาได้รับรูปแบบการปกครองแบบสมมติเทพจากขอมและรับภาษาขอม
มาใช้มากยิ่งขึ้น โดยเฉพาะคำราชาศัพท์ นอกจากนี้คนไทยมีการเดินเรือค้าขายกับจีนและรับเอา
ภาษาจีนมาใช้ในการเรียกตำแหน่งต่าง ๆ เช่น จุ้นจู๊ นายสำเภา ไต้ก๋ง เป็นต้น ปัจจุบันสังคมไทยรับ
ภาษาชาติอื่น ๆ มาใช้บ้าง เพื่อง่ายต่อการติดต่อสื่อสารเรียนรู้ เช่น "คอมพิวเตอร์" ซึ่งเป็นคำทับศัพท์
จากภาษาอังกฤษ เป็นต้น

หัตถกรรม สมัยพ่อขุนรามคำแหงมีช่างจีนมาสอนทำเครื่องปั้นดินเผา สมัยอยุธยานักวิชาการ
บางท่านกล่าวว่า ชาติไทยคงได้ความคิดในการประดิษฐ์ลายประดับมุกจากจีน แต่ปัจจุบันไทยนิยม
ทำเครื่องถ้วยชามด้วยเครื่องจักรแบบตะวันตกไม่น้อย

ขนบธรรมเนียมประเพณี ในสมัยอยุธยาได้คติความเชื่อจากขอมที่ถือว่ากษัตริย์เป็นสมมติเทพ

ทำให้มีการใช้คำราชาศัพท์และประกอบพิธีการต่าง ๆ ในราชสำนัก นอกจากนั้นยังมีประเพณีหลายอย่างที่ได้รับมาจากอินเดีย เช่น การแต่งงาน การเผาศพ การปลูกบ้าน การตั้งศาลพระภูมิ อย่างไรก็ตามอารยธรรมตะวันตกก็ได้เข้ามาผสมผสานในหลายเรื่อง เช่น การแต่งงานแบบไทยแล้วแต่งเลี้ยงแบบฝรั่ง หรือการจับมือกันแทนการไหว้ในบางโอกาส เป็นต้น

ในระยะหลังสังคมไทยมีการติดต่อกับประเทศที่เจริญกว่าเพิ่มขึ้น โดยเฉพาะประเทศตะวันตกและยิ่งได้ติดต่อมากขึ้นเท่าไรก็ยิ่งได้รับวัฒนธรรมจากเขามากขึ้นเท่านั้น ไม่ว่าจะในด้านความเชื่อลัทธิอุดมการณ์ การเมืองการปกครอง การศึกษา และสังคม เป็นต้น วิถีชีวิตที่เคยเป็นอยู่จึงเปลี่ยนไปจากเดิมในหลายด้าน ทั้งในด้านการปกครอง เช่น การปกครองแบบประชาธิปไตยและใช้ระบบรัฐสภา ด้านความเป็นอยู่ เช่น ชายหญิงมีความเท่าเทียมกันมากกว่าแต่ก่อน หญิงสามารถทำงานเคียงบ่าเคียงไหล่กับชายได้ ด้านการแต่งกาย เช่น เปลี่ยนมาเป็นการสวมเสื้อผ้าแบบสากล ด้านการปลูกสร้าง เช่น มีการใช้วัสดุใหม่ ๆ อย่างอะลูมิเนียม ซีเมนต์ เป็นต้น

จะเป็นได้ว่า วัฒนธรรมไทยในอดีตและปัจจุบันได้รับอิทธิพลของวัฒนธรรมต่างชาติไม่มากก็น้อย โดยได้เลือกสรรสิ่งที่เป็นประโยชน์และเข้ากับสภาพความเป็นอยู่ของคนไทยผสมผสานเข้ากับวัฒนธรรมของตนที่มีมาแต่เดิม เป็นการรับเอาวัฒนธรรมที่ดีของชาติอื่นที่ได้ติดต่อด้วยมาเป็นของตนบ้าง ดัดแปลงบ้าง ให้เข้ากับความเชื่อแบบไทย ๆ จนเป็นวัฒนธรรมที่มีลักษณะแบบของไทยเองที่แตกต่างกับชาติอื่น ๆ ซึ่งในแต่ละยุคแต่ละสมัยได้พยายามส่งเสริมและรักษาวัฒนธรรมที่ดีงามเหล่านี้สืบทอดต่อกันมา

❖ คำศัพท์และวลี

อนุชน 后代；晚辈	สัมพันธไมตรี 友好关系
มอญ 孟族	สมาคม 交际；交往；社交
ดัดแปลง 改变；改造	แทรกแซง 介入；干涉；干预
พระปรางค์ 方形塔	เทิดทูน 推崇；赞扬
เมตตา 慈爱；慷慨	จงรักภักดี 忠诚；忠心
บาลี 巴利语	สันสกฤต 梵文

คำราชาศัพท์	皇室用语	หัตถกรรม	手工艺；手工业
เครื่องจักร	机器	ราชสำนัก	宫廷；王宫
ศาลพระภูมิ	佛龛；土地庙	อุดมการณ์	理想
เคียงบ่าเคียงไหล่	肩并肩；并排	อะลูมิเนียม	铝
ซีเมนต์	水泥		

แบบฝึกหัด

๑. อธิบายภาพรวมวิวัฒนาการของสังคมและวัฒนธรรมไทย

๒. อธิบายอิทธิพลวัฒนธรรมชาติอื่นที่มีต่อวัฒนธรรมไทยและยกตัวอย่างประกอบ

๓. ศึกษาค้นคว้าและนำเสนอเกี่ยวกับอิทธิพลชาติจีนที่มีต่อสังคมและวัฒนธรรมไทย

ความรู้เสริม

๑. ความเป็นมาของวัฒนธรรมไทย

ชาวไทยตั้งถิ่นฐานบ้านเมืองในดินแดนสุวรรณภูมิมาช้านาน ดินแดนแห่งนี้เป็นที่ราบลุ่ม อันอุดมสมบูรณ์ด้วยพืชพันธุ์ธัญญาหาร "ในน้ำมีปลา ในนามีข้าว" ชาวไทยส่วนใหญ่จึงมีอาชีพ เกษตรกรรม

ชาวไทยแต่เดิมมีความเชื่อและนับถือผีสางเทวดา ตามลัทธิวิญญาณนิยมและลัทธิบูชา บรรพบุรุษ และวีรบุรุษ ต่อมาเมื่อได้รับอิทธิพลวัฒนธรรมอินเดียก็รับเอาคติความเชื่อของศาสนา พราหมณ์มานับถือ โดยนับถือควบคู่ไปกับความเชื่อผีสางเทวดาดั้งเดิม แต่ยกย่องเทพแห่งศาสนา พราหมณ์สูงกว่า มีการสร้างเทวสถาน สร้างรูปเคารพ เซ่นสรวงบูชา จนเป็นธรรมเนียมประเพณี และจากความเชื่อทางศาสนาดังกล่าว จึงเป็นที่มาแห่งการสร้างสรรค์ศิลปะแขนงต่าง ๆ ชาวไทย สร้างศิลปะไทยที่อ่อนช้อย งดงาม และเต็มไปด้วยเรื่องราวแห่งความเชื่อทางศาสนาที่แฝงไว้ด้วย ศรัทธาอันแรงกล้าและเอกลักษณ์เฉพาะตัวแห่งศิลปะไทย เช่น การสร้างปราสาทหินต่าง ๆ

เมื่อพุทธศาสนาเกิดขึ้นในประเทศอินเดียและเผยแผ่ศาสนาเข้ามาในดินแดนสุวรรณภูมิ ชาว

ไทยศรัทธาเลื่อมใสพุทธศาสนามาก จนยอมรับเป็นศาสนาประจำชาติ แต่กระนั้นชาวไทยส่วน
ใหญ่ยังไม่ละทิ้งความเชื่อเรื่องผีสางเทวดา และคติความเชื่อของศาสนาพราหมณ์ ฉะนั้นชาวไทย
ในอดีตจึงเป็นพุทธศาสนิกชน แต่ก็ยังมีความเชื่อ และถือขนบธรรมเนียมประเพณีบางอย่างตามคติ
ของศาสนาพราหมณ์ และความเชื่อผีสางเทวดาดั้งเดิมที่นับถือมาหลายชั่วคนตามบรรพบุรุษ ซึ่ง
เป็นการปรับปรุงลัทธิความเชื่อเดิม กับความเชื่อใหม่เป็นลักษณะเฉพาะที่ผสมกลมกลืนกันจนแยก
ไม่ออก

วัฒนธรรมของชาวไทยได้รับอิทธิพลจากวัฒนธรรมอินเดียทั้งโดยทางตรงและโดยทาง
อ้อม โดยทางตรงคือ ได้รับโดยการติดต่อค้าขายและเผยแผ่ศาสนา ทางอ้อมโดยได้รับอิทธิพลจาก
วัฒนธรรมของชนชาติมอญที่เจริญรุ่งเรืองมาในอดีต เรียกว่า อาณาจักรทวารวดี และอิทธิพลจาก
วัฒนธรรมขอมที่เจริญรุ่งเรือง เรียกว่า อาณาจักรละโว้ ซึ่งชนชาติทั้งสองดังกล่าวได้รับอิทธิพลของ
อินเดียมาก่อนไทย และเป็นอาณาจักรที่ตั้งอยู่ติดกับอาณาจักรไทย ซึ่งปัจจุบันรวมเป็นอาณาจักร
ไทย

อย่างไรก็ดีหลักฐานทางประวัติศาสตร์ได้ยืนยันว่าชนชาติไทยนั้นมีแบบอย่างวัฒนธรรมของ
ตนตั้งแต่เดิมก่อนที่จะรับเอาอารยธรรมของอินเดียและชาติอื่น เช่น การปลูกข้าวนาดำโดยกักน้ำ
ไว้ การต่อสู้ป้องกันตัวโดยใช้วิชากระบี่กระบองและมวยไทย ความเชื่อในเรื่องภูติผีวิญญาณ การ
มีวัฒนธรรมซึ่งซับซ้อนและกินเวลายาวนานได้ค่อย ๆ หล่อหลอมวัฒนธรรมไทยทีละน้อย แล้ว
สร้างสรรค์รูปแบบวัฒนธรรมไทยออกมา

(ที่มา สมจินตนา วิศิษฏอนุพงษ์. ๒๕๔๖. ชีวิตและวัฒนธรรมไทย.

กรุงเทพฯ: ประสานมิตร)

๒. การเปลี่ยนแปลงของสังคมไทย

สังคมย่อมมีการเปลี่ยนแปลง เพราะการรับวัฒนธรรมและนวัตกรรมของชาติต่าง ๆ การ
เปลี่ยนแปลงของสังคมไทยจะเกิดขึ้นในด้านต่าง ๆ คือการเมืองการปกครอง เศรษฐกิจ สังคม และ
วัฒนธรรม ซึ่งมีรายละเอียด ดังนี้

การเปลี่ยนแปลงทางด้านการเมืองการปกครอง

สมัยสุโขทัย มีการปกครองแบบ"พ่อปกครองลูก" กษัตริย์อยู่ใกล้ชิดกับประชาชน ผู้ปกครองเปรียบเสมือนพ่อ ผู้อยู่ใต้การปกครองเปรียบเสมือนลูก ครอบครัวจะมีพ่อเป็นหัวหน้า และลูก ๆ ต้องเคารพเชื่อฟัง ต่อมาในสมัยสุโขทัยตอนปลาย ความเชื่อของขอมเข้ามามีอิทธิพล ซึ่งมีความเชื่อว่ากษัตริย์เป็นสมมติเทพ ทำให้ความสัมพันธ์ระหว่างกษัตริย์และประชาชนลดน้อยลง

สมัยอยุธยา ได้เปลี่ยนการปกครองจากพ่อปกครองลูกมาเป็นระบอบสมบูรณาญาสิทธิราชย์ กษัตริย์มีอำนาจแต่เพียงผู้เดียว และทรงแบ่งการปกครองออกเป็นเสนาบดี ๔ ตำแหน่ง คือ เวียง วัง คลัง นา เรียกว่า "จตุสดมภ์" พอมาถึงสมัยสมเด็จพระบรมไตรโลกนาถ เปลี่ยนขุนเวียงเป็นนครบาล ขุนวังเป็นธรรมาธิกรณ์ ขุนคลังมาเป็นโกษาธิบดี และขุนนาเปลี่ยนเป็นเกษตราธิการ และมีกฎมนเทียรบาลไว้ลงโทษ โดยกษัตริย์มีอำนาจสูงสุดในการปกครอง

สมัยรัตนโกสินทร์ ลักษณะการปกครองในช่วงตอนต้นไม่มีการเปลี่ยนแปลงโดยฐานะของพระมหากษัตริย์เป็นสมบูรณาญาสิทธิราชย์ จนสมัยรัชกาลที่ ๕ ได้มีการเปลี่ยนแปลงด้านการปกครอง เศรษฐกิจ และสังคม กล่าวคือ ทางด้านการปกครองได้จัดระบบบริหารราชการแบบใหม่ พัฒนากองทัพไทยเพื่อรักษาเอกราชไว้ ด้านเศรษฐกิจได้มีการปรับปรุงนโยบายการคลัง การเก็บภาษี การคมนาคม ทางด้านสังคม ได้มีการเลิกทาสและปฏิรูปการศึกษา จนถึง ๒๔ มิถุนายน พ.ศ.๒๔๗๕ ได้เปลี่ยนแปลงการปกครองจากระบอบสมบูรณาญาสิทธิราชย์ มาเป็นการปกครองแบบประชาธิปไตยโดยมีพระมหากษัตริย์เป็นประมุข และให้ประชาชนมีอำนาจในการปกครอง มีกฎหมายรัฐธรรมนูญ มีการเลือกตั้งสภาผู้แทนราษฎร มีศาลตัดสินคดีความให้เสรีภาพทางการพูด การคิด การเขียน และให้มีความเสมอภาคทางเศรษฐกิจ

การเปลี่ยนแปลงทางด้านสังคมและวัฒนธรรม

สมัยสุโขทัย เป็นสังคมที่ผูกพันกันอย่างใกล้ชิด พระมหากษัตริย์ทรงเป็นเสมือนบิดาของประชาชน มีพระพุทธศาสนาเป็นสิ่งยึดเหนี่ยวนับถือของประชาชน มีการประดิษฐ์อักษรไทย การฟังธรรม และเกิดประเพณีลอยกระทงขึ้น

สมัยอยุธยา เป็นสังคมแบบฐานันดร มีการถือศักดินา มีลัทธิพราหมณ์ - ฮินดู เข้ามาปะปนใน

การดำเนินชีวิตของประชาชน ในสมัยนี้ได้เกิดประเพณีต่าง ๆ ขึ้น มีวรรณกรรมและวรรณคดีเกิด
ขึ้นอีกหลายเรื่องและเริ่มมีการแบ่งชนชั้นตามระบบศักดินามากขึ้น

สมัยรัตนโกสินทร์ มีลักษณะทางสังคมเช่นเดียวกับสมัยอยุธยาและธนบุรี จนถึงสมัยรัชกาลที่
๕ มีการเปลี่ยนแปลงทางด้านสังคมอย่างรวดเร็ว เพราะชาติตะวันตกเริ่มเข้ามามีบทบาททางการค้า
และล่าอาณานิคม และได้ขยายอิทธิพลเพื่อเข้ายึดครองในแถบอินโดจีน สภาพสังคมในสมัยรัชกาล
ที่ ๕ จึงเป็นระยะหัวเลี้ยวหัวต่อ ได้มีการปรับปรุงสังคมให้เหมาะสมกับสถานการณ์ เช่น เลิกทาส
ปฏิรูปการศึกษา ส่งเสริมให้คนรู้หนังสือมากขึ้น การแต่งกายตลอดจนแฟชั่นต่าง ๆ เลียนแบบชาว
ตะวันตกมากขึ้น

การเปลี่ยนแปลงทางด้านเศรษฐกิจ

สมัยสุโขทัย เศรษฐกิจเป็นแบบเกษตรเพื่อยังชีพ คือ การทำการเพาะปลูกและเลี้ยงสัตว์ เพื่อใช้
บริโภคในครอบครัวเท่านั้น แต่มีการค้าเสรีที่ผู้ปกครองส่งเสริมการค้าขายทั้งภายในและภายนอก
ประเทศอย่างกว้างขวางจากสินค้าเครื่องหัตถกรรม เครื่องสังคโลก และไม่มีการเก็บภาษีการค้า

สมัยอยุธยา เศรษฐกิจเป็นแบบเกษตรเพื่อยังชีพ มีระบบพระคลังสินค้า ซึ่งเป็นหน่วยงานที่
ตรวจสอบการซื้อขายสินค้าและกำหนดราคาสินค้าให้แก่ทางราชการ สำหรับควบคุมการค้ากับต่าง
ประเทศ มีระบบภาษีอากร ได้มีการติดต่อกับต่างชาติมากขึ้นเพื่อการค้าขายและแลกเปลี่ยนสินค้า

สมัยรัตนโกสินทร์ เศรษฐกิจช่วงนี้มีการทำเกษตรกรรม ต่อมาการเพาะปลูกเริ่มทำเพื่อการ
ค้า เพราะให้ราษฎรมีเสรีภาพทางการค้ากับชาวต่างประเทศโดยตรง ซึ่งเป็นผลของสนธิสัญญา
เบาว์ริงที่เป็นข้อตกลงระหว่างอังกฤษกับไทย โดยเปิดให้มีการค้าเสรีแก่คนในบังคับอังกฤษ และ
เริ่มมีการนำเครื่องจักรเครื่องยนต์เข้ามาใช้ในด้านอุตสาหกรรม เช่น โรงเลื่อย โรงสี มีการพัฒนา
อุตสาหกรรมสิ่งทอ เช่น ทอผ้า ในช่วงนี้ประเทศไทยมีการส่งสินค้าออกและนำเข้า ซึ่งทำให้
สังคมทางการค้าติดต่อกับประเทศมากขึ้น อย่างไรก็ตามก่อน พ.ศ. ๒๕๐๔ เศรษฐกิจของสมัย
รัตนโกสินทร์เป็นเศรษฐกิจที่ไม่มีแบบแผน กล่าวคือ มีการเปลี่ยนแปลงไปตามธรรมชาติจนกระทั่ง
ช่วงหลังสงครามโลกครั้งที่ ๑ เกิดภาวะเศรษฐกิจตกต่ำทั่วโลก ซึ่งส่งผลกระทบถึงประเทศไทยด้วย
ประเทศไทยจึงเริ่มวางแผนเศรษฐกิจล่วงหน้าเพื่อให้เกิดความมั่นคงและยกฐานะทางเศรษฐกิจ
ของประเทศให้ดีขึ้นอย่างต่อเนื่อง โดยเริ่มการวางแผนพัฒนาเศรษฐกิจใน พ.ศ.๒๕๐๔ และมีการ

วางแผนต่อเนื่องมาจนถึงปัจจุบัน ซึ่งอยู่ระหว่างการใช้แผนพัฒนาเศรษฐกิจและสังคมแห่งชาติ ฉบับที่ ๑๓ (พ.ศ. ๒๕๖๖ - ๒๕๗๐)

การที่จะทราบว่าสังคมเปลี่ยนแปลงไปอย่างไร มากน้อยเพียงใด ต้องใช้เวลาเป็นเครื่องกำหนด เพื่อจะเปรียบเทียบว่าตั้งแต่เริ่มต้นจนถึงสิ้นสุดของช่วงระยะเวลาดังกล่าวนั้นมีอะไรเปลี่ยนแปลงไปบ้าง ในปัจจุบันการประเมินผลการเปลี่ยนแปลงของสังคมไทย อาจจะประเมินจากแผนพัฒนาเศรษฐกิจและสังคมแห่งชาติ แต่อย่างไรก็ตามแผนพัฒนาเศรษฐกิจและสังคมแห่งชาติก็ไม่อาจประเมินได้ว่ามีการเปลี่ยนแปลงในสังคมไทย เพราะบางแผนบรรจุไว้ในแผนพัฒนาเศรษฐกิจและสังคมแห่งชาติจริงแต่ไม่ได้ปฏิบัติ อย่างไรก็ตามแผนพัฒนาเศรษฐกิจและสังคมแห่งชาติก็สามารถเป็นแม่แบบในการปรับปรุงเปลี่ยนแปลงของสังคมไทยได้ จึงทำให้ทราบความเปลี่ยนแปลงของสังคมไทยได้ง่ายขึ้น

(ที่มา สมจินตนา วิศิษฎอนุพงษ์. ๒๕๔๖. ชีวิตและวัฒนธรรมไทย. กรุงเทพฯ: ประสานมิตร)

❖ คำศัพท์และวลี

ธัญญาหาร 粮食；谷物	ผีสางเทวดา 鬼神
วิญญาณ 灵魂	วีรบุรุษ 英雄
คติความเชื่อ 信仰	ควบคู่ 并行；伴随
เทวสถาน 神龛；神庙；仙居	เซ่นสรวง 祭；祭祀
อ่อนช้อย 婀娜；柔美	ศรัทธา 信奉；敬仰；虔诚
เลื่อมใส 信仰；崇拜；虔诚	ละทิ้ง 放弃；抛弃；舍弃
กลมกลืน 和谐；协调	อาณาจักรทวารวดี 堕罗钵地王国
อาณาจักรละโว้ 罗斛国	กัก 蓄；拦蓄
ภูติผี 妖魔鬼怪	หล่อหลอม 熔铸；熔化；锻炼
นวัตกรรม 革新；创新	เปรียบเสมือน 好比；宛如；好像
เสนาบดี 大臣	จตุสดมภ์ （古时）四大臣

ขุนเวียง 市政大臣	นครบาล 京畿
ธรรมาธิกรณ์ （佛）法问	เกษตราธิการ 主管农业
กฎมนเทียรบาล 宫廷法规；宫法	เลิกทาส 废除奴隶制
ตัดสิน 裁判；裁决	คดีความ 诉讼案；案子
เสรีภาพ 自由	เสมอภาค 平等
ยึดเหนี่ยว 拽住；拉住；握住	ประดิษฐ์ 制作；创造；发明
ฐานันดร 爵位；官阶；等级	ศักดินา 土地占有权；分封制；封建
อาณานิคม 殖民地	ยึดครอง 占领
หัวเลี้ยวหัวต่อ 转折；转变	แฟชั่น 流行；时尚
เลียนแบบ 模仿；效法	ระบบภาษีอากร 赋税体制
แม่แบบ 模板；榜样	

📔 ความรู้ที่เกี่ยวข้อง

泰国早期历史文化

堕罗钵底文化（公元6—11世纪）

从现存的历史遗迹和文物，如宗教遗址、塑像、宗教器物以及日常用品等来看，堕罗钵底文化是一种带有鲜明佛教色彩的文化，深受印度文化和艺术，特别是笈多皇朝和后笈多皇朝时期艺术样式的影响，并与本土艺术相结合。

堕罗钵底文化中的城市规划和建造往往采用圆形和椭圆形，或者与周围地理环境相协调，城市四周都有围墙，并有护城河和土埂环绕，比如佛统府古城、素攀府乌通城、喃奔府的哈利奔猜城等。

室利佛逝文化（公元8—13世纪）

室利佛逝（三佛齐）是个信仰大乘佛教的国家。它通过逐渐兴起的港口城市，与来自印度、阿拉伯、中国、爪哇以及马来半岛上的商人进行贸易。

室利佛逝的文化艺术也深受印度文化，特别是笈多皇朝时期以及帕拉—塞纳时期艺术样式的影响。带有三佛齐艺术特征的宗教建筑和器物，主要分布在泰南地区素叻他尼府的猜耶县，沿南部半岛，一直到印度尼西亚群岛一带，包括观世音菩萨像、持莲菩萨像、神龙护持佛陀像和泥土模压小佛像等。

华富里文化（公元7—13世纪）

这是泰国一种深受高棉文化影响的文化，它融合了婆罗门教（印度教）和大乘佛教的信仰，主要分布在泰国东北地区南部和东部地区。

古代高棉文化对这一地区的影响，在公元11—12世纪表现得最为明显。高棉帝国留下了许多高棉式的宗教建筑和器物，如武里喃府的帕侬荣石宫和勐达石宫、呵叻府的皮迈石宫等。到了13世纪，高棉的婆罗门教（印度教）信仰被大乘佛教取代，这也影响到华富里文化，开始出现大乘佛教的宗教建筑，如黎逸府的邦古方塔、素林府的达门石宫等。

编者译自 กระทรวงวัฒนธรรม, *ศิลปวัฒนธรรม* (บริษัทอมรินทร์พริ้นติ้ง แอนด์ พับลิชชิ่ง จำกัด, 2014), pp.23–26.

บทที่ ๕
ภาษาไทย

จุดประสงค์การเรียนรู้

๑. นักศึกษาสามารถอธิบายความสำคัญและความเป็นมาของภาษาไทยได้

๒. นักศึกษาสามารถอธิบายลักษณะพิเศษของภาษาไทยได้

ภาษาเป็นส่วนสำคัญของวัฒนธรรม เพราะภาษาเป็นเครื่องมือสื่อความหมายให้คนในชาติเข้าใจกันได้ สำหรับประเทศไทยนั้นนับตั้งแต่อดีตกาลมานานแล้วที่มีชนชาติอื่นมาอาศัยอยู่ ไม่ว่าจะเป็นมอญ ขอม จีน อินเดีย ลาว และชนกลุ่มน้อยต่าง ๆ อีกมาก แต่ทั่วประเทศประชาชนก็ยังใช้ภาษาไทยเป็นหลักในการสื่อสารติดต่อกัน แม้จะมีภาษาจีน ภาษามอญ ภาษาอังกฤษ ภาษาฝรั่งเศส ภาษาเยอรมัน ฯลฯ ปนอยู่บ้าง แต่ก็ถือเป็นภาษาต่างประเทศ มิใช่ภาษาที่สอง

ประเทศไทยมีภาษาของตนเองโดยเฉพาะมาช้านานแล้ว ในสมัยกรุงสุโขทัยเป็นราชธานี พ่อขุนรามคำแหงมหาราชได้ทรงประดิษฐ์อักษรไทยขึ้นเมื่อปี พ.ศ. ๑๘๒๖ นับถึงปัจจุบันเป็นเวลา ๗๐๐ ปีกว่าแล้ว ย่อมชี้ให้เห็นว่าภาษาไทยเป็นภาษาพูดที่มีอายุสืบเนื่องมานาน ก่อนหน้าที่พ่อขุนรามคำแหงจะทรงประดิษฐ์อักษรไทยขึ้น อย่างไรก็ดีอักษรไทยของพ่อขุนรามคำแหงเป็นต้นกำเนิดของหนังสือไทยที่ใช้กันอยู่ในปัจจุบัน โดยมีการวิวัฒนาการมาตั้งแต่สมัยสุโขทัย อยุธยา และรัตนโกสินทร์

ภาษาไทยมีลักษณะเฉพาะตัว เป็นภาษาที่มีระดับเสียงโดยมีวรรณยุกต์กำกับ คือ มีเสียงวรรณยุกต์ ๕ เสียง และมีรูปวรรณยุกต์ ๔ รูป คือ ไม้เอก ไม้โท ไม้ตรี ไม้จัตวา กำกับอยู่บนตัวอักษร ทำให้ภาษาไทยมีเสียงไพเราะคล้ายดนตรี มีรูปพยัญชนะ ๔๔ รูป เสียงพยัญชนะ ๒๑ เสียง และมีรูปสระ ๒๑ รูป มีเสียงสระแตกต่างกันถึง ๓๒ เสียง ประกอบคำโดยนำเอาพยัญชนะผสมกับสระ โดยมีวรรณยุกต์เป็นเครื่องกำกับเสียง ซึ่งเสียงวรรณยุกต์ที่แตกต่างกันนี้เองทำให้ความหมายของคำ

แต่ละคำแตกต่างกันไป สิ่งที่น่าสังเกตอีกประการหนึ่ง คือ ตำแหน่งของสระภาษาไทยนั้นจะวางอยู่ทั้งข้างหน้า ข้างหลัง ข้างบนและข้างล่างของคำ อย่างไรก็ตามรูปของสระก็ไม่เป็นปัญหาต่อระบบการพิมพ์ตัวหนังสือ ซึ่งเข้ามาแทนที่การจารึกในสมุดข่อยหรือใบลานตามความนิยมครั้งโบราณ

สิ่งที่น่าสนใจอันแสดงถึงความสัมพันธ์ระหว่างภาษากับวัฒนธรรมอีกประการหนึ่ง คือ ในภาษาไทยมีระดับของคำหรือศักดิ์ของคำที่ใช้ให้เหมาะสมแก่บุคคล กาละ เทศะ อันเป็นเอกลักษณ์ทางภาษาของไทย เช่น มีการใช้คำราชาศัพท์ซึ่งเป็นคำสุภาพประเภทหนึ่งที่คนไทยกำหนดขึ้นไว้ใช้สำหรับสถาบันพระมหากษัตริย์ มิได้หมายความว่า พระมหากษัตริย์เป็นผู้ใช้ถ้อยคำเช่นนี้ แต่ผู้ใช้ราชาศัพท์ คือ บุคคลที่จะต้องใช้ภาษาเพ็ดทูลพระมหากษัตริย์ นอกจากนี้คนไทยมักนิยมเรียกบุคคลที่รู้จักมักคุ้นด้วยการใช้คำเรียกเครือญาติ เช่น พี่ น้อง ลุง ป้า น้า อา ตา ยาย เป็นต้น ทั้ง ๆ ที่ผู้พูดและผู้ที่พูดด้วยมิได้มีความสัมพันธ์ทางเครือญาติกันเลย

คนไทยในภูมิภาคต่าง ๆ ของประเทศไทยจะสามารถติดต่อสื่อสารกันได้ ถ้าทุกคนใช้ภาษากลาง ซึ่งเป็นภาษาที่ใช้อยู่ในเมืองหลวง คือ กรุงเทพมหานคร และเป็นภาษาที่สอนกันในสถานศึกษา ใช้ในการติดต่อสื่อสารทางราชการ และการดำเนินธุรกิจ คนไทยส่วนมากยังรู้ภาษาที่ใช้พูดกันเฉพาะถิ่นของตนอีกด้วย ภาษาที่ใช้ในถิ่นต่าง ๆ จะแตกต่างกันในด้านเสียง ความหมายของคำและการใช้คำศัพท์ ภาษาที่ใช้ในท้องถิ่นต่าง ๆ ของประเทศไทยนั้น แบ่งตามสภาพภูมิศาสตร์ได้ดังนี้ คือ ภาษาภาคเหนือ ภาษาภาคอีสาน และภาษาภาคใต้

(ที่มา นิตยา บุญสิงห์. ๒๕๕๔. วัฒนธรรมไทย. กรุงเทพฯ: สำนักพิมพ์พัฒนาศึกษา)

❖ คำศัพท์และวลี

อดีตกาล	过去；昔日	ชนกลุ่มน้อย	少数民族
สื่อสาร	交流；通讯	ปน	混合；掺和
ต้นกำเนิด	起源；开端	สังเกต	观察；注意
ตำแหน่ง	位置；方位	จารึก	刻；记录
สมุดข่อย	鹊肾树皮纸钉成的本子	ใบลาน	贝叶
ศักดิ์	地位	กาละ	时间

เทศะ	地点	ราชาศัพท์	皇语
เพ็ดทูล	禀告；禀报	เครือญาติ	宗族；亲戚

แบบฝึกหัด

๑. อธิบายลักษณะเฉพาะของภาษาไทยในด้านเสียงและคำ

๒. ศึกษาค้นคว้าและนำเสนอเกี่ยวกับภาษาถิ่นของประเทศไทย

ความรู้เสริม

การประดิษฐ์อักษรไทย

พ่อขุนศรีอินทราทิตย์ทรงอภิเษกสมรสกับนางเสืองผู้เป็นพระราชธิดาในพ่อขุนผาเมือง และนางสิขรมหาเทวีราชธิดากษัตริย์ขอมทรงพระนามว่า "พระเจ้าชัยวรมันที่ ๗" โดยมีพระราชโอรส ๓ พระองค์ พระเชษฐาโอรสทรงสิ้นพระชนม์แต่ยังทรงพระเยาว์ พระราชโอรสองค์กลางทรงพระนามว่า "บานเมือง" และทรงครองราชย์ต่อจากพระราชบิดา ส่วนพระราชโอรสองค์เล็กประสูติเมื่อประมาณปีจอ พ.ศ. ๑๗๘๑ พระนามเดิมของพระราชโอรสองค์เล็กไม่ปรากฏ แต่เมื่อขุนสามชนเจ้าเมืองฉอดได้นำกองทัพเข้ามาตีเมือง อันเป็นเมืองชายแดนของกรุงสุโขทัยเมื่อประมาณปี พ.ศ. ๑๘๐๒ พระราชโอรสองค์นี้ซึ่งมีพระชนมายุ ๑๙ พรรษา ได้โดยเสด็จร่วมไปในกองทัพของพ่อขุนศรีอินทราทิตย์ต่อสู้กับขุนสามชนจนกองทัพของเมืองฉอดแตกพ่ายไป พ่อขุนศรีอินทราทิตย์จึงประทานนามพระราชโอรสองค์นี้ว่า "รามคำแหง" ซึ่งแปลว่า ผู้กล้าหาญเข้มแข็งดุจพระราม เพื่อเป็นการบำเหน็จชัยชนะในครั้งนั้น

พ่อขุนรามคำแหงมหาราชได้ทรงครองราชสมบัติต่อจากพ่อขุนบานเมืองเมื่อประมาณปี พ.ศ. ๑๘๒๒ ชาวไทยในสมัยนั้นยังใช้ภาษาขอมกันอยู่ พ่อขุนรามคำแหงมหาราชทรงพระราชดำริว่าหนังสือขอมไม่เหมาะแก่ชาวกรุงสุโขทัย เพราะหากชาวกรุงสุโขทัยยังใช้หนังสือขอม ซึ่งเป็นของชาติอื่นอยู่ ก็ดูเหมือนว่าไทยยังไม่เป็นชาติอิสระ เมื่อไทยในสมัยกรุงสุโขทัยได้ตั้งตนเป็นอิสระแล้วจึงมีความจำเป็นที่จะต้องมีแบบหนังสือสำหรับชาติ เพื่อจะได้เป็นเครื่องรวบรวมชาวไทยให้เป็น

อันหนึ่งอันเดียวกัน ด้วยเหตุนี้พ่อขุนรามคำแหงมหาราชจึงได้ทรงประดิษฐ์ตัวอักษรไทยขึ้นในปีพ.ศ. ๑๘๒๖ โดยปรากฏหลักฐานในศิลาจารึกสุโขทัย หลักที่ ๑ ว่า

... เมื่อก่อนลายสือไทยนี้บ่มี ๑๒๐๕ ศกปีมะแม

พ่อขุนรามคำแหงหาใคร่ใจในใจและใส่ลายสือไทยนี้

ลายสือไทยนี้จึ่งมีเพื่อขุนผู้นั้นใส่ไว้...

แบบลายสือไทยนี้ได้ปรากฏในหลักศิลาจารึกปีพ.ศ. ๑๘๓๕ โดยมีข้อความตอนหนึ่งว่า "เมื่อ ชั่วพ่อขุนรามคำแหง เมืองสุโขทัยนี้ดี ในน้ำมีปลา ในนามีข้าว" แบบลายสือไทยที่พ่อขุนรามคำแหง มหาราชทรงประดิษฐ์ขึ้น แต่เดิมนั้นสระและพยัญชนะอยู่บนบรรทัดเดียวกัน เอาสระไว้หน้า พยัญชนะ วรรณยุกต์มีเพียง ๒ รูป คือ เสียงเอกและเสียงโท ยังไม่มีเสียงตรีและเสียงจัตวา ต่อมาใน รัชสมัยพระมหาธรรมราชาที่ ๑ ได้มีการปรับปรุงเพิ่มสระและเขียนไว้ข้างหน้าพยัญชนะ ข้างหลัง บ้าง ข้างบนบ้าง ข้างล่างบ้าง อย่างที่ใช้เป็นหนังสือไทยในปัจจุบัน

(ที่มา ดนัย ไชยโยธา. ๒๕๔๖.สังคม วัฒนธรรม และประเพณีไทย.

กรุงเทพฯ:โอเดียนสโตร์.)

❖ คำศัพท์และวลี

อภิเษกสมรส	国王结婚典礼	พระราชธิดา	公主
พระราชโอรส	王子	พระเชษฐโอรส	王长子
สิ้นพระชนม์	去世；过世	ทรงพระเยาว์	年幼
ครองราชย์	统治国家	พระราชบิดา	父王
ประสูติ	出生；诞生	พระชนมายุ	年龄
พรรษา	年；岁	กองทัพ	军队
ประทานนาม	赐名	เข้มแข็ง	坚强；坚毅
บำเหน็จ	奖励；奖赏	พระราชดำริ	圣谕
ความจำเป็น	必要；必须	ศก	年；纪年

ความรู้ที่เกี่ยวข้อง

泰国早期语言及文字

堕罗钵底时期

在泰国的佛统府、素攀武里府和叻丕府考古发掘了堕罗钵底时期刻有文字的石碑，这些文字属于南印度的帕拉瓦文字。大多数的石碑以巴利文刻写，此外还发现了用梵文和古孟文刻写的石碑。

室利佛逝时期

在泰国南部考古发掘了佛历12世纪时期刻有帕拉瓦文字的石碑，这些石碑上有梵文、泰米尔文和古孟文，说明当时多种文化给该地区带来了影响。随着室利佛逝文化的繁荣和发展，在佛历18世纪的时候，帕拉瓦文字演变为一种叫作"嘉维（KaWi）"的文字，该种文字与同时期出现在印尼和菲律宾的文字相同。

华富里时期

考古发现从佛历15世纪开始，古高棉文化对华富里文化的文字有很大影响。在泰国中部、东部和东北部都出现了用吉蔑文字记录的梵文和高棉文文献，并在后来演变为用于书写经典和佛教文学作品的高棉–泰字母。

兰那时期

在佛历17世纪，兰那出现了以古孟文书写的文献。学者们认为这种古孟文有可能是从帕拉瓦文字演变而来，或者受到缅甸的孟文影响。直到佛历20—24世纪有自身特点的文字才先后演变而成，包括兰那佛经文字、豆英文字和"尼特"文字（亦称"新豆英文字"）。

素可泰时期

佛历19世纪以后，泰国人把从印度传入的文字进行了改创，创立适合自己语言需要的泰国文字，包括两种文字形式，即素可泰泰文字和素可泰吉蔑文字。这些文字形式是阿瑜陀耶王朝时期泰国文字的原形，并不断发展演变至今。

阿瑜陀耶王朝时期

阿瑜陀耶王朝时期使用了素可泰文字,并对其进行改进,使其演变发展成独具特色的泰国文字,并一直使用至今。此外,在阿瑜陀耶王朝时期出现了用来记载文字材料的金箔、银箔、贝叶和鹊肾树皮纸钉成的本子。

编者译自 กระทรวงวัฒนธรรม, *ศิลปวัฒนธรรม* (บริษัทอมรินทร์พริ้นติ้ง แอนด์ พับลิชชิ่ง จำกัด, 2014), p.68, p.70, p.74, p.78, p.92, p.102.

บทที่ ๖
คติความเชื่อและศาสนาของไทย

จุดประสงค์การเรียนรู้

๑. นักศึกษาสามารถอธิบายภาพรวมของคติความเชื่อและศาสนาของไทยได้

๒. นักศึกษาสามารถอธิบายอิทธิพลของพระพุทธศาสนาที่มีต่อสังคมไทยได้

ก่อนที่สังคมไทยจะได้รับอิทธิพลจากความเชื่อทางศาสนาต่าง ๆ ในสังคมไทยมีความเชื่อดั้งเดิมมาตั้งแต่อดีต กล่าวคือคนไทยมีวิถีชีวิตที่เกี่ยวข้องกับธรรมชาติและสิ่งแวดล้อม การดำรงชีพที่พึ่งพาธรรมชาติก่อให้เกิดคติความเชื่อในอำนาจธรรมชาติ สมัยก่อนประวัติศาสตร์ชาวไทยเชื่อกันว่าทุกสิ่งอย่างในธรรมชาติมีผีเป็นผู้พิทักษ์คุ้มครอง ในขณะเดียวกันผียังให้คุณและให้โทษแก่มนุษย์ได้ ดังนั้นมนุษย์จึงคิดพิธีกรรมต่าง ๆ เพื่อที่จะสร้างความสงบสุขและความสมดุลในการดำรงชีวิต เช่น พิธีกรรมการฝังศพ การรักษาโรค เป็นต้น

หลังจากประเทศไทยได้มีการติดต่อค้าขายและมีความสัมพันธ์กับต่างประเทศ แล้ว วัฒนธรรมและศาสนาจากต่างประเทศก็ได้เข้ามาเมืองไทยเพิ่มมากขึ้น เมืองไทยเป็นดินแดนที่รวมศาสนาต่าง ๆ และแต่ละศาสนาต่างก็ดำรงอยู่ด้วยกันอย่างสมานฉันท์ ประชาชนสามารถที่จะเลือกนับถือศาสนาได้ตามความสมัครใจ แต่ศาสนาที่คนไทยนับถือมากที่สุดและถือว่าเป็นศาสนาประจำชาติ คือ พระพุทธศาสนา นอกจากนี้แล้วในสังคมไทยยังมีศาสนาอื่น ๆ อีกด้วย ไม่ว่าจะเป็นศาสนาฮินดู ศาสนาคริสต์ ศาสนาอิสลาม และศาสนาซิกข์ ฯลฯ

จากการสำรวจสำมะโนประชากรและเคหะ พ.ศ. ๒๕๕๗ โดยสำนักงานสถิติแห่งชาติ พบว่าในประเทศไทยมีผู้นับถือศาสนาพุทธ ๙๔.๖% ศาสนาอิสลาม ๔.๒% ศาสนาคริสต์ ๑.๑% และยังมีผู้นับถือศาสนาซิกข์ ลัทธิขงจื๊อ และศาสนาอื่น ๆ อีกรวมกันประมาณ ๐.๑%

พระพุทธศาสนา

พระพุทธศาสนาเกิดขึ้นในชมพูทวีป ได้แก่ ประเทศอินเดียโบราณ ซึ่งในปัจจุบันเป็นประเทศ อินเดีย เนปาล ภูฏาน ปากีสถาน และบังคลาเทศ จากการค้นพบของนักโบราณคดี ในประเทศไทย เริ่มปรากฏหลักฐานเกี่ยวกับพุทธศาสนาตั้งแต่ประมาณพุทธศตวรรษที่ ๕ และมีความเจริญรุ่งเรือง ในสมัยทวารวดี สืบเนื่องมาจนถึงทุกวันนี้

พระพุทธศาสนาเป็นศาสนาประจำชาติ คนไทยส่วนใหญ่นับถือพระพุทธศาสนา มีความ เคารพนับถือและศรัทธาฝังอยู่ในสายเลือดตั้งแต่เกิดจนตาย พระพุทธศาสนาจึงมีบทบาทต่อชีวิต ความเป็นอยู่และสังคมไทยเป็นอย่างมาก ในด้านการดำรงชีวิตตั้งแต่แรกเกิดจนตายพระพุทธ ศาสนาจะเข้ามาเกี่ยวข้องกับชีวิต ไม่ว่าจะเป็นการเกิด การตาย และงานมงคลต่าง ๆ สมัยก่อนคน ไทยต้องไปเรียนหนังสือที่วัด มีภิกษุเป็นครูสอน ชายไทยทุกคนที่นับถือพระพุทธศาสนาจะต้อง บวชเมื่ออายุครบ ๒๐ ปีบริบูรณ์ ในด้านการอบรมสั่งสอน คนไทยต่างจะยึดมั่นในคำสอนของ ศาสนา ทำให้คนไทยเป็นคนรักสันติ รักอิสระเสรี มีนิสัยเอื้อเฟื้อ โอบอ้อมอารี มีเมตตากรุณาต่อกัน จนกลายเป็นนิสัยอย่างหนึ่งของคนไทย

ศาสนาฮินดู

ศาสนาฮินดูเป็นศาสนาที่เก่าแก่ เป็นศาสนาธรรมชาติ เป็นความพยายามของมนุษย์ที่จะเอาชนะ ธรรมชาติ โดยมีความเชื่อว่ามีบางสิ่งบางอย่างที่มีอำนาจเหนือธรรมชาติ จึงทำให้เกิดความเชื่อในสิ่ง ศักดิ์สิทธิ์ เช่น เวลากลางคืน มืดจนมองอะไรไม่เห็นก็เกิดความกลัว แต่เมื่อมีพระอาทิตย์ก็จะมีแสง สว่างผู้คนก็จะดีใจและหายหวาดกลัว จึงนับถือพระอาทิตย์ (สุริยเทพ) ศาสนาฮินดูได้เผยแพร่เข้า มาสู่แผ่นดินไทยก่อนพระพุทธศาสนา โดยกลุ่มพ่อค้าและนักบวชชาวอินเดีย ปรากฏรูปเคารพใน ศาสนาฮินดูบริเวณภาคใต้ของประเทศไทยเมื่อประมาณพุทธศตวรรษที่ ๕ - ๑๒ ทั้งยังพบหลัก ฐานโบราณสถานในศาสนาฮินดูกระจายอยู่ทั่วประเทศไทย นอกจากนี้อิทธิพลของศาสนาฮินดูยัง ปรากฏในงานศิลปะเกือบทุกแขนงของไทย ทั้งจิตรกรรม ประติมากรรม วรรณคดี ฯลฯ

ศาสนาคริสต์

ศาสนาคริสต์เกิดขึ้นในดินแดนปาเลสไตน์ หรือประเทศอิสราเอลในปัจจุบันเริ่มเผยแผ่เข้ามา
ในประเทศไทยโดยชาวโปรตุเกส ซึ่งเป็นชาวตะวันตกชาติแรกที่เดินทางเข้ามาเจริญสัมพันธไมตรี
ในสมัยอยุธยาเมื่อ พ.ศ. ๒๐๕๔ จากนั้นจึงมีผู้เดินทางเข้ามาเผยแผ่คริสต์ศาสนาในเมืองไทยอย่าง
ต่อเนื่อง และนำความรู้สมัยใหม่มาสู่สังคมไทย อาทิ การพิมพ์ ดาราศาสตร์ การแพทย์ การศึกษา
แผนใหม่ ฯลฯ

ศาสนาอิสลาม

ศาสนาอิสลามเกิดในประเทศซาอุดีอาระเบีย ผู้ประกาศศาสนา คือ พระมุฮัมมัดคำว่าอิสลามมา
จากภาษาอาหรับ แปลว่า "สันติ การนอบน้อม การยินยอม" เมื่อใช้ในความหมายทางศาสนา หมาย
ถึง การถวายตัวต่อพระผู้เป็นเจ้าอัลเลาะห์ เรียกศาสนิกชนหรือผู้นับถือศาสนาว่า "มุสลิม" หมายถึง
ผู้รักสันติ ศาสนาอิสลามได้เข้ามาสู่แผ่นดินไทยโดยพ่อค้าชาวอาหรับ เมื่อประมาณพุทธศตวรรษที่
๕ ดังปรากฏหลักฐานทางโบราณคดีที่พบทางภาคใต้ของไทย ครั้นถึงสมัยอยุธยาศาสนาอิสลามได้
วางรากฐานลงอย่างมั่นคง

ปัจจุบันชุมชนมุสลิมในประเทศไทยส่วนใหญ่ตั้งถิ่นฐานหนาแน่นในเขตจังหวัดชายแดน
ภาคใต้ และในเขตลุ่มน้ำเจ้าพระยาตอนล่าง ผู้ที่นับถือศาสนาอิสลามส่วนใหญ่จะปฏิบัติตนอย่าง
เคร่งครัด ชาวมุสลิมส่วนใหญ่จะต้องมีความรู้ในข้อปฏิบัติทางศาสนาเป็นอย่างดี กล่าวได้ว่า ศาสนา
อิสลามมีอิทธิพลต่อทุกสิ่งทุกอย่างในชีวิต ข้อปฏิบัติต่าง ๆ จะอยู่ในข้อกำหนดของศาสนา มีการ
รวมกลุ่มกันอย่างเป็นเอกภาพในสังคมไทย-มุสลิม

ศาสนาซิกข์

ชาวอินเดียในรัฐปัญจาบนำศาสนาซิกข์เข้ามาเผยแผ่ในประเทศไทย ตั้งแต่ รัชสมัยพระบาท
สมเด็จพระจุลจอมเกล้าเจ้าอยู่หัว ชาวซิกข์ส่วนใหญ่นิยมทำการค้า และตั้งชุมชนหนาแน่นในพื้นที่
บริเวณพาหุรัด กรุงเทพมหานคร

❖ คำศัพท์และวลี

ความเชื่อดั้งเดิม 原始信仰	พึ่งพา 依靠；依赖
พิทักษ์ 保护；护卫	คุณ 效益；好处
สมดุล 平衡	สมานฉันท์ 团结一致；同心协力
สมัครใจ 自愿	ศาสนาฮินดู 印度教
ศาสนาคริสต์ 基督教	ศาสนาอิสลาม 伊斯兰教
ศาสนาซิกข์ 锡克教	สำมะโน 普查数字；统计数字
เคหะ 住所；寓所	สถิติ 统计
ชมพูทวีป 南赡部洲	เนปาล 尼泊尔
ภูฏาน 不丹	ปากีสถาน 巴基斯坦
บังคลาเทศ 孟加拉国	ภิกษุ 比丘
บริบูรณ์ 满；足；齐备	ยึดมั่น 恪守；信守
หวาดกลัว 害怕；畏惧	สุริยเทพ 太阳神
จิตรกรรม 美术	ประติมากรรม 塑造；造型艺术
ปาเลสไตน์ 巴勒斯坦	อิสราเอล 以色列
โปรตุเกส 葡萄牙	ดาราศาสตร์ 天文学
ซาอุดีอาระเบีย 沙特阿拉伯	พระมุฮัมมัด 穆罕默德
ภาษาอาหรับ 阿拉伯语	นอบน้อม 恭敬
ยินยอม 愿意；同意	อัลเลาะห์ 安拉
มุสลิม 穆斯林	หนาแน่น 稠密；密集
รัฐปัญจาบ （印度西部）旁遮普邦	

🗒️ แบบฝึกหัด

๑. อธิบายภาพรวมของคติความเชื่อและศาสนาของสังคมไทย

๒. อธิบายที่มาและอิทธิพลของพระพุทธศาสนาที่มีต่อสังคมไทย

๓. ศึกษาค้นคว้าและนำเสนอเกี่ยวกับความเชื่อดั้งเดิมของสังคมไทย

📚 ความรู้เสริม

โลกทัศน์และค่านิยมของคนไทย

แบบแผนการดำรงชีพที่คนไทยเคยปฏิบัติสืบเนื่องนับแต่อดีต   มีส่วนต่อการสร้างสรรค์
วัฒนธรรมและภูมิปัญญาไทยในแต่ละช่วงระยะเวลานั้น   ทำให้ประเทศไทยสามารถดำรงบทบาท
สำคัญ   ในฐานะดินแดนที่มีภูมิหลังทางประวัติศาสตร์อันยาวนาน   พัฒนาการทางวัฒนธรรมใน
สังคมไทยที่บ่งชี้ถึงการผสมผสานวัฒนธรรมกับชนชาติที่ไทยมีการติดต่ออย่างชาญฉลาด   ทำให้
วัฒนธรรมที่สืบต่อมามีคุณค่าและความหมายต่อวิถีคนไทยทั้งในทางการเมือง   การปกครอง
สังคม ศาสนา เศรษฐกิจ ตามกาลสมัยนั้น ๆ คนไทยดำรงชีวิตอยู่อย่างสงบ ปรุงแต่งวิถีชีวิตแห่ง
ชุมชนให้สอดคล้องกับการดำเนินชีวิต   รับวัฒนธรรมจากภายนอกมาผสมผสานกับวัฒนธรรม
เดิม มีส่วนทำให้การดำเนินชีวิตน่าอยู่และเป็นแบบแผนยิ่งขึ้น เช่น การรับศาสนาทำให้เกิดการ
กล่อมเกลาจิตใจ   ความเชื่อในบุญกรรมที่ใช้ในการอธิบายความแตกต่างของฐานะผู้คนในสังคม
การประกอบพิธีกรรมทางศาสนา   การปกครองที่เป็นระบบเทวราชาหรือพุทธราชา   มีส่วนสร้าง
ความมั่นคงแก่รัฐ   ด้วยกษัตริย์ที่ปกครองถือเป็นอวตารหนึ่งของพระเจ้าหรือทรงเป็นเสมือนพระ
โพธิสัตว์   ประชาชนในปกครองเป็นเสมือนบริวารหรือสรรพสัตว์ที่ผู้เป็นอวตารแห่งพระเจ้าทรง
คุ้มครอง การสร้างสรรค์งานศิลปกรรมแขนงต่าง ๆ ที่มีความงดงามจึงเป็นไปเพื่อการแสดงความ
จงรักภักดีต่อกษัตริย์ ความศรัทธาในศาสนา ฯลฯ แต่เมื่อไทยมีการรับวัฒนธรรมตะวันตกมาใช้ใน
สังคมนับแต่พุทธศตวรรษที่ ๒๔ เป็นต้นมา ได้เกิดความเปลี่ยนแปลงทางสังคมและวัฒนธรรมไทย
อย่างมหาศาล อันเป็นผลสืบเนื่องจากพื้นฐานแนวคิด รูปแบบ และหน้าที่ของวัฒนธรรมทั้งสองที่
แตกต่างกันอย่างชัดเจน   ขณะเดียวกันยังมีส่วนหล่อหลอมต่อโลกทัศน์และค่านิยมของคนไทยใน
ปัจจุบันบางประการ ได้แก่

๑) การนับถือบุคคลด้วยการให้ความสำคัญแก่ตน หรือชีวิตของตนเองมากที่สุดรวมทั้งยอมรับ

ความสำคัญของผู้อื่นที่จะให้คุณและโทษแก่ตน   จึงต้องมุ่งสร้างสัมพันธภาพระหว่างบุคคลให้ดีอยู่เสมอ ทำให้เกิดแนวคิดในเชิงปัจเจกชนนิยม ถือตนเองอยู่เหนือระบบกฎเกณฑ์ และไม่ชอบความขัดแย้ง นิ่งเพื่อประโยชน์ส่วนตน

๒) ความรักสนุก ด้วยการให้ความสำคัญในเรื่องความสุข ความสนุกสนาน ความสะดวกสบาย หลีกเลี่ยงความทุกข์ยากลำบาก ทำให้เกิดความคิดในเรื่องบริโภคนิยม ชอบงานเบา นิยมความฟุ่มเฟือย

๓) ความเชื่อในเรื่องบุญกรรมและโชคลาง ซึ่งคนไทยใช้บุญกรรมเป็นข้ออธิบายความแตกต่างทางฐานะของผู้คนในสังคม และยังมีเรื่องของโชคลาง ที่เป็นปรากฏการณ์ด้านดีและร้าย

๔) ความมั่งคั่ง ส่งผลให้เกิดความพยายามดิ้นรนต่อสู้ เพื่อให้ได้ในสิ่งที่แสดงถึงความร่ำรวย

๕) อำนาจนิยม คนไทยยกย่องและนิยมในอำนาจ เพราะเชื่อว่าเป็นที่มาของความมั่งคั่งร่ำรวยในทรัพย์สินและบริวาร ฯลฯ

๖) การเคารพผู้อาวุโสในฐานะของผู้มีประสบการณ์ ความรอบรู้ และมีตำแหน่งหน้าที่ซึ่งสูงกว่า

๗) ความเป็นผู้รู้หรือมีความสามารถ ไม่ว่าจะเป็นสาขาวิชาแขนงใด จึงทำให้ผู้คนในสังคมไทยพยายามที่จะเป็นผู้รู้ เพื่อสร้างสถานะในทางสังคม ซึ่งบางครั้งก่อให้เกิดการฉ้อฉลด้วยวิธีการต่าง ๆ

(ที่มา กระทรวงวัฒนธรรม. ๒๕๕๗.ศิลปวัฒนธรรมไทย.
กรุงเทพฯ:บริษัททอมรินทร์พริ้นติ้งแอนด์พับลิชชิ่ง จำกัด.)

❖ คำศัพท์และวลี

โลกทัศน์	世界观	ค่านิยม	价值观
ภูมิปัญญา	智慧	กล่อมเกลา	熏陶；陶冶
พระโพธิสัตว์	菩萨	บริวาร	徒弟；信徒
สรรพสัตว์	众生	สัมพันธภาพ	关系
ปัจเจกชนนิยม	个人主义	โชคลาง	运气
ปรากฏการณ์	现象	ฉ้อฉล	用各种手段欺诈；舞弊

ความรู้ที่เกี่ยวข้อง

当代泰国佛教信仰

当代泰国是东南亚重要的佛教国家，全国人口的95%以上信仰佛教。每个成年男子一生必须出家一次，少则3个月，多则数年，以报答父母的养育之恩。其剃度就像服兵役一样，上自国王贵族，下至平民百姓无人能够免除。而且，泰国宪法规定："泰国国王，必须是佛教徒及佛教的护持者，才可以登基为王。"任何公民都有批评政府和总理的自由，唯独不能反对国王和佛教。在泰国人的观念里，国家、佛教和国王是他们精神力量的3根主要支柱，缺一不可。

泰国佛教的最高领袖是僧王，僧王之下设副僧王。政府设宗教事务厅管理全国的宗教事务。1962年，经拉玛九世签署颁布的《僧人条例》是僧侣必须遵守的法律规定。僧侣按行政区划分归四大区域管辖，大上座为区域首长，区域下设18个部域，管辖3—4个府。全国共有佛寺32000多座，每村至少有一座寺庙。全国有30万僧侣，还不包括短期剃度的人数在内。

泰国僧侣禁止戴帽、穿鞋（拖鞋例外）和饮酒，但可以吃荤，只要不是自己宰杀的就行。一天吃早午两餐，过午不食，但可以喝水。在公共汽车上和其他公共场所，不许女人跟僧侣坐在一起。女人不许把东西直接交到僧侣手里，僧侣接东西必须用一块黄布手巾。寺庙是泰国人公认的神圣的地方，进入寺庙必须衣着整齐，不能穿短裙和迷你裙，不可以袒胸露臂或其他不适宜的打扮。在佛寺院子范围内可以穿鞋，但进入佛殿必须穿拖鞋或赤足。

泰国的王室、政府、机构或私人，每逢重大庆典都要举行宗教仪式，请僧侣来诵吉祥经。丧礼也在寺庙举行。

泰国政府规定放假的佛教节日有：

（1）万佛节，阴历三月十五日（公历2月）是佛祖释迦牟尼首次在摩揭陀国公开向前去集会的1250名阿罗汉宣讲佛教的日子，泰国从1913年起将这一天定为法定的假日。

（2）礼佛节，一般在阴历五月五日，纪念佛祖诞生、悟道和涅槃。

（3）守夏节，每年夏天雨季来临时，僧侣不外出化缘，坐在寺中诵经一个月。因此，进入雨季这一天为佛教守夏节。全国放假，斋僧浴佛。

段立生：《泰国通史》，上海社会科学院出版社，2014，第274—276页。

บทที่ ๗
ประเพณีไทย

จุดประสงค์การเรียนรู้

๑. นักศึกษาสามารถอธิบายความหมายและลักษณะของประเพณีได้

๒. นักศึกษาสามารถอธิบายประเภทของประเพณีพร้อมเกณฑ์การแบ่งได้

๓. นักศึกษาสามารถอธิบายประเพณีครอบครัวที่คนไทยยังปฏิบัติกันอยู่ได้

๔. นักศึกษาสามารถอธิบายประเพณีส่วนรวมที่คนไทยยังปฏิบัติกันอยู่ได้

ความหมายของประเพณี

คำว่า "ประเพณี" เป็นคำที่มีความหมายกว้าง สุพัตรา สุภาพ นักวิชาการของไทยให้ความหมายไว้ว่า ประเพณี หมายรวมถึง แบบความเชื่อ ความคิด การกระทำ ค่านิยม ทัศนคติ ศีลธรรม จารีต ระเบียบแบบแผน และวิธีการกระทำสิ่งต่าง ๆ ตลอดจนการประกอบพิธีกรรมในโอกาสต่าง ๆ ที่กระทำกันมาแต่ในอดีต ลักษณะสำคัญของประเพณี คือ เป็นสิ่งปฏิบัติเชื่อถือมานานจนกลายเป็นแบบอย่างความคิด หรือการกระทำที่ได้สืบต่อกันมา และยังมีอิทธิพลอยู่ในปัจจุบัน

ลักษณะของประเพณี

ประเพณีเป็นสิ่งที่เกิดจากความเชื่อในสิ่งที่มีอำนาจเหนือมนุษย์ และสืบต่อกันมาจากรุ่นสู่รุ่น ในขณะเดียวกันประเพณียังมีการเปลี่ยนแปลงทีละเล็กทีละน้อยโดยเจ้าของประเพณีไม่รู้ตัว เพราะแต่ละสังคมย่อมจะได้รับอิทธิพลของวัฒนธรรมชาติอื่นหรือสังคมอื่น ๆ และเทคโนโลยีใหม่ ๆ สิ่งเหล่านี้จะช่วยเสริมสร้างประเพณีเดิมและเกิดการผสมผสานกลมกลืนกัน ซึ่งทำให้ประเพณีคงอยู่และเหมาะกับสังคมในยุคนั้น ๆ

ประเภทของประเพณี

ตามหลักวิชามานุษยวิทยา ผู้เชี่ยวชาญนิยมแบ่งประเพณีไว้เป็น ๓ ประเภท คือ จารีตประเพณี ขนบประเพณี และธรรมเนียมประเพณี นักวิชาการของไทยบางท่าน เช่นณรงค์ เส็งประชา ได้แบ่ง ประเพณีออกเป็น ๔ ประเภท โดยอาศัยเกณฑ์ที่ว่าเป็นเรื่องของใคร เกี่ยวกับอะไร เป็นเรื่องของ ครอบครัวหรือส่วนรวม เป็นเรื่องของท้องถิ่นหรือของประเทศ ซึ่งแบ่งออกเป็น รัฐพิธีและราชพิธี ประเพณีครอบครัว ประเพณีส่วนรวม และประเพณีท้องถิ่น โดยอธิบายความหมายและรายละเอียด ของประเพณีทั้ง ๔ ประเภทไว้ ซึ่งสามารถสรุปได้ดังนี้

๑. รัฐพิธีและราชพิธี

เป็นประเพณีของไทยที่จัดขึ้นโดยรัฐบาลหรือโดยราชสำนัก ราชพิธีนั้นมีมานานแล้ว เช่น พระราชพิธีบรมราชาภิเษก สังคมไทยถือปฏิบัติสืบเนื่องมาตั้งแต่สมัยสุโขทัย เป็นพิธีที่ใช้พราหมณ์ กระทำพิธี ส่วนรัฐพิธีนั้นเริ่มมีมาภายหลัง ประเพณีที่จัดเป็นรัฐพิธีและราชพิธีที่สำคัญ เช่น พระ ราชพิธีพืชมงคล พระราชพิธีฉัตรมงคล พระราชพิธีเฉลิมพระชนมพรรษา รัฐพิธีบรมราชานุสรณ์ พระราชพิธีรัชมังคลาภิเษก

๒. ประเพณีครอบครัว

ประเพณีครอบครัวมีอยู่มาก บางประเพณีมีแนวโน้มว่าผู้ปฏิบัติจะลดลง แต่บางประเพณีก็ยัง ถือปฏิบัติกันเป็นจำนวนมาก บางประเพณีอาจล้าสมัย เช่น การไว้จุก ประเพณีเกี่ยวกับการเกิด และ บางประเพณีก็มีการปรับปรุงดัดแปลงให้เหมาะสมกับสภาพปัจจุบัน เช่น การบวช การแต่งงาน การตาย ฯลฯ ในส่วนนี้จะกล่าวถึงประเพณีที่ยังมีการถือปฏิบัติกันอย่างกว้างขวางบางประเพณีดังนี้

ประเพณีการบวช ในที่นี้หมายถึงการบวชในพุทธศาสนา คนไทยถือว่าการบวชได้บุญกุศล มาก ได้สร้างกุศลให้แก่บิดามารดาได้ตอบแทนคุณพ่อแม่ ในสมัยก่อนมีความเชื่อกันว่า ลูกผู้ชายที่ ได้บวชเรียนสามารถช่วยให้มารดาได้เกาะชายผ้าเหลืองขึ้นสวรรค์ และมีประเพณีปฏิบัติเมื่อนาค จะเข้าบวชในโบสถ์ผู้เป็นมารดาจะเกาะหางนาคเข้าโบสถ์ด้วย โดยเชื่อว่าเป็นการเกาะหางนาคขึ้น สวรรค์ อีกประการหนึ่งเชื่อว่า ผู้ที่ผ่านการบวชได้ผ่านการเล่าเรียน ได้รับการปลูกฝังศีลธรรมอัน

ดีแล้ว จึงเป็นผู้ที่ได้รับการยอมรับนับถือจากสังคม

เด็กชายอาจบวชเณรก่อนเมื่ออายุครบ ๗ ขวบ หลังจากนั้นเมื่ออายุครบ ๒๐ ปีบริบูรณ์แล้ว จึงบวชเป็นพระ การบวชพระคนไทยมักจะจัดงานกันใหญ่โต มีพิธีกรรมประกอบพิธี เช่น พิธีลาบวช พิธีปลงผม พิธีสู่ขวัญนาค พิธีแห่นาค อย่างไรก็ตามพิธีใหญ่โตและยืดยาวในสมัยก่อนได้มีการเปลี่ยนแปลงไปบ้าง ใช้เวลาจัดงานน้อยลง และ ประหยัดค่าใช้จ่ายมากขึ้น ในสมัยก่อนคนไทยนิยมบวชครบพรรษาในช่วงฤดูฝน แต่ปัจจุบันนี้ชาวไทยนิยมบวชตามประเพณีเพียงระยะ ๑๕-๓๐ วัน

ประเพณีการแต่งงาน เป็นประเพณีที่ทุก ๆ สังคมถือปฏิบัติกัน ลักษณะการจัดกิจกรรมของแต่ละสังคมย่อมแตกต่างกันออกไป จุดมุ่งหวังเพื่อการผูกความสัมพันธ์ให้แน่นแฟ้น เพื่อประกาศความสัมพันธ์ฉันสามีภรรยาและให้เป็นไปตามประเพณีนิยม

ในสังคมไทยแต่ละท้องถิ่นมีขั้นตอนการปฏิบัติแตกต่างกันไปบ้าง แต่โดยส่วนรวมแล้วจะมีแนวปฏิบัติคล้าย ๆ กันคือ มีพิธีสู่ขอ พิธีหมั้น พิธีแห่ขันหมาก การรดน้ำสังข์ ประสาทพร การทำบุญเลี้ยงพระ พิธีส่งตัวเจ้าสาว ในสมัยก่อนมีการสร้างเรือนหอ เฝ้าเรือนหอด้วย แต่ปัจจุบันได้เปลี่ยนแปลงไป

การประกอบพิธีกรรมในขั้นตอนต่าง ๆ มักจะมีการหาฤกษ์ยามที่ดีเสียก่อน โดยมีความเชื่อว่าเมื่อได้ฤกษ์ที่ดีแล้ว จะทำให้คู่สมรสอยู่กินด้วยกันอย่างมีความสุข

ประเพณีการเยี่ยมคนป่วย เป็นประเพณีที่มีมานานแล้ว แต่ไม่ค่อยจะได้พูดถึงกัน เมื่อถึงคราวเจ็บป่วย คนไทยมักจะมีอัธยาศัยไปเยี่ยมอาการไข้เพื่อให้กำลังใจ และมักจะมีสิ่งของเครื่องใช้ของกินไปฝากคนไข้ด้วย อาจเป็นดอกไม้ ขนม ผลไม้ เป็นต้น ในปัจจุบันประเพณีนี้นิยมกระทำกันเพิ่มมากขึ้น

ประเพณีการตาย เมื่อสมาชิกคนใดคนหนึ่งในครอบครัวตาย คนในครอบครัวก็จะแจ้งให้ญาติมิตรทราบเพื่อมาร่วมงานศพ พิธีสำคัญในงานศพ ได้แก่ การรดน้ำศพ การสวดพระอภิธรรม การบังสุกุล การส่งกุศลให้ผู้ตาย การทำบุญเลี้ยงพระ การทำบุญร้อยวัน ในสมัยก่อนคนไทยมักจะเก็บศพไว้ระยะหนึ่งก่อน ซึ่งอาจเก็บไว้ในสถานที่เก็บศพหรืออาจฝังไว้ หลังจากนั้นจึงนำไปเผา แต่ในปัจจุบันไม่นิยม หรือถ้าจะเก็บไว้ก็เก็บไว้ไม่นาน ส่วนมากจะทำการเผาหลังจากที่สวดพระอภิธรรม ๓-๗ วัน เมื่อเผาแล้วก็จะมีพิธีเก็บอัฐิ นำไปบรรจุไว้ตามเจดีย์ในวัดหรือไม่ก็เก็บไว้ที่บ้าน

๓. ประเพณีส่วนรวม

หมายถึง ประเพณีที่ทุกคนหรือคนส่วนใหญ่ในชาติถือปฏิบัติ ได้แก่ ประเพณีทำบุญวันขึ้น
ปีใหม่ ประเพณีสงกรานต์ ประเพณีวันสำคัญทางพุทธศาสนา ฯลฯ ในที่นี้จะขอกล่าวถึงประเพณี
ส่วนรวมที่คนส่วนใหญ่ยังนิยมถือปฏิบัติกันบางประเพณี ดังนี้

ประเพณีสงกรานต์ เป็นประเพณีที่ถือกำเนิดจากประเพณีของชาวอินเดีย เป็นประเพณีเฉลิม
ฉลองการเริ่มต้นปีใหม่ ซึ่งในสังคมไทยประเพณีนี้มีมาตั้งแต่สมัยสุโขทัย วันเริ่มต้นปีใหม่คือวันที่
๑๓ เมษายนของทุกปี ซึ่งถือปฏิบัติสืบต่อมาจนถึง พ.ศ. ๒๔๘๓ หลังจากนั้นทางรัฐบาลได้กำหนด
เอาวันที่ ๑ มกราคม เป็นวันขึ้นปีใหม่ ในเทศกาลสงกรานต์จะมีการทำบุญ ตักบาตร การปล่อยนก
ปล่อยปลา สรงน้ำพระพุทธรูป พระสงฆ์ รดน้ำดำหัวผู้ใหญ่ การเล่นสาดน้ำ และเล่นกีฬาพื้นเมือง
ต่าง ๆ

ประเพณีเข้าพรรษา เป็นพุทธบัญญัติ พระภิกษุทุกรูปต้องถือปฏิบัติตาม เป็นการอธิษฐานอยู่
ประจำที่ ไม่เที่ยวจาริกไปยังสถานที่ต่าง ๆ เว้นแต่มีกิจจำเป็น ช่วงจำพรรษานี้จะอยู่ในช่วงฤดูฝน
ตั้งแต่แรม ๑ ค่ำ เดือน ๘ ไปจนถึงแรม ๑๕ ค่ำ เดือน ๑๑ ของทุกปี ในสมัยพุทธกาลพระพุทธเจ้าทรง
เห็นว่าการจาริกในฤดูฝนนั้นอันตราย ยากลำบาก และอาจสร้างความเดือดร้อนให้ชาวบ้านที่ทำไร่
ไถนา เกรงว่าภิกษุทั้งหลายจะไปเหยียบต้นข้าวที่ชาวบ้านปลูกไว้ จะเป็นการสร้างความเดือดร้อน
ให้แก่ผู้คน นอกจากนี้แล้วการงดจาริกไปที่ต่าง ๆ ตลอด ๓ เดือน ยังเป็นโอกาสให้ภิกษุได้ศึกษาเล่า
เรียนพระธรรมคำสอนเพิ่มมากขึ้น และยังได้แสดงธรรมแก่ชาวบ้านอีกด้วย

ประเพณีทอดกฐินทอดผ้าป่า ประเพณีทอดกฐินเป็นประเพณีที่สืบเนื่องมาจากประเพณีเข้า
พรรษา เมื่อพ้นพรรษาแล้วจะมีประเพณีการถวายผ้ากฐินแก่พระสงฆ์ เพื่อให้ผลัดเปลี่ยนกับชุดเดิมที่
ใช้มาตลอดพรรษา ประเพณีทอดกฐินมีมาตั้งแต่สมัยพุทธกาล ส่วนในประเทศไทยนิยมถือปฏิบัติ
ตั้งแต่สมัยสุโขทัยเป็นต้นมา

ประเพณีลอยกระทง เป็นประเพณีที่สืบมาจากประเพณีการลอยพระประทีปของพวก
พราหมณ์ในอินเดีย ในประเทศไทยมีประเพณีการลอยพระประทีปก่อนสมัยสุโขทัย ครั้นถึงสมัย
สุโขทัยพุทธศาสนาได้เจริญรุ่งเรืองแทนศาสนาฮินดู-พราหมณ์ ทำให้มีการปรับปรุงประเพณีการ
ลอยพระประทีป ในระยะต่อมาเรียกว่า ลอยกระทง ประเพณีลอยกระทงนิยมปฏิบัติกันทั้งในราช

สำนักและในหมู่ประชาชน   กระทำกันในวันเพ็ญเดือนสิบสอง   ปัจจุบันยังนิยมกันอยู่อย่างกว้าง
ขวาง

๔. ประเพณีท้องถิ่น

เป็นประเพณีที่นิยมปฏิบัติกันในแต่ละท้องถิ่นหรือแต่ละภูมิภาคของประเทศไทย เช่น ประเพณี
รดน้ำดำหัวของภาคเหนือ ประเพณีชักพระของชาวภาคใต้ และประเพณีบุญบั้งไฟของภาคตะวัน
ออกเฉียงเหนือ ฯลฯ

❖ คำศัพท์และวลี

มานุษยวิทยา	人类学	จารีตประเพณี	礼教
ขนบประเพณี	风俗习惯	ธรรมเนียมประเพณี	传统习俗
นาค	削发准备受戒为僧者	ปลูกฝัง	树立；培养
ศีลธรรม	品德；道德	ฤกษ์	吉时
คู่สมรส	配偶	อัธยาศัย	性格；品格
อัฐิ	骨灰		

📋 แบบฝึกหัด

๑. อธิบายความหมายและลักษณะของประเพณี

๒. อธิบายการจำแนกประเภทของประเพณีพร้อมยกตัวอย่างประกอบ

๓. ศึกษาเพิ่มเติมเกี่ยวกับประเพณีสงกรานต์ ประเพณีเข้าพรรษา ประเพณีทอดกฐินทอดผ้าป่า และ
   ประเพณีลอยกระทง แล้วนำเสนอในชั้นเรียน

๔. อภิปรายความสำคัญของประเพณี

📚 ความรู้เสริม

กิริยามารยาทไทย

กิริยามารยาทไทยเป็นสิ่งสำคัญซึ่งแสดงออกทางวัฒนธรรม บ่งบอกถึงความเป็นไทยและถือเป็นเอกลักษณ์ของชาติ แม้สังคมไทยมีการรับอารยธรรมจากตะวันตกเข้ามา แต่ก็สามารถทำให้ดูอ่อนช้อยนุ่มนวลแบบไทย เช่น การนั่งเก้าอี้ ถ้านั่งต่อหน้าผู้ใหญ่นั่งเท้าชิด มือวางประสานไว้บนตัก ถ้าผู้นั้นมีอาวุโสมากก็นั่งลงศอก เป็นต้น ชี้ให้เห็นถึงสังคมไทยถือระบบอาวุโส ผู้น้อยนับถือผู้ใหญ่

การกราบการไหว้ เป็นกิริยามารยาทอีกอย่างหนึ่งที่จัดว่าเป็นเอกลักษณ์ไทยที่แสดงให้เห็นถึงอุปนิสัยอ่อนน้อมถ่อมตน รู้จักเคารพยกย่องให้เกียรติผู้อื่น เป็นคุณสมบัติที่คนไทยปฏิบัติกันมาช้านาน การกราบไหว้เป็นวิธีแสดงความเคารพของคนไทยเมื่อเวลาพบปะ อำลา หรือให้สิ่งของแก่กัน ในขณะที่พบปะกันครั้งแรกของวันหรือแนะนำให้รู้จักกันจะกล่าวคำว่า "สวัสดี"

คนไทยถูกฝึกให้ระมัดระวังในเรื่องกิริยามารยาท ไม่ว่าจะเป็นการเดิน การยืน การนั่ง ดังเช่น

การเดิน เมื่อเดินสวนกับผู้ใหญ่ หรือเดินผ่านผู้ใหญ่ ควรเดินค้อมตัว เมื่อเดินเข้าสู่ที่ชุมนุมชน ก็ต้องเดินอย่างสุภาพ ผ่านผู้ที่นั่งอยู่ก่อน ควรก้มตัว

การยืน ต้องยืนสำรวมเมื่ออยู่ต่อหน้าผู้อาวุโส ไม่ควรยืนกางขา หรือยืนชิดผู้ใหญ่มากเกินไป

การนั่ง มีการนั่งพับเพียบ นั่งคุกเข่า การนั่งกับพื้นเช่นนี้เป็นกิริยามารยาทที่คนไทยปฏิบัติกันมานานแล้ว สามารถใช้ได้ในโอกาสต่าง ๆ เช่น ฟังพระเทศน์ นั่งต่อหน้าผู้ใหญ่ แม้ต่อมาจะนิยมนั่งเก้าอี้ แต่ก็ได้รับการปลูกฝังให้นั่งในท่วงท่าแสดงถึงความสุภาพ คือ หลังพิงพนักเก้าอี้ เข่าชิด มือวางบนหน้าขา ไม่เขย่า ไขว่ห้าง หรือโยกเก้าอี้เอนไปมา

(ที่มา นิตยา บุญสิงห์. ๒๕๕๔. วัฒนธรรมไทย. กรุงเทพฯ:สำนักพิมพ์พัฒนาศึกษา.)

❖ คำศัพท์และวลี

บ่งบอก	看出；看到	นุ่มนวล	温柔；温文尔雅
อุปนิสัย	性格；本性	อ่อนน้อมถ่อมตน	谦虚
อำลา	告别；辞别	สำรวม	谨慎

พนัก 靠背	เขย่า 摇动
ไขว่ห้าง 跷起二郎腿	โยก 摇摆；摇动
เอน 歪；偏；倾斜	

📖 ความรู้ที่เกี่ยวข้อง

泰国历法

泰国现行历法有3种，即公历、佛历和泰国阴历。古代泰国还使用过大历、小历、曼谷纪年和中国干支纪年。

当今，泰国计算年多用佛历，亦用公历。计算日、月用泰国阴历，亦可用公历。泰国对"月"的称呼来自印度梵文的"月"称呼。有时也可以用数字称呼。

佛历以佛陀释迦牟尼涅槃后的一年为元年，比国际通用的公历早543年。公历2000年即佛历2543年。佛历在泰国是用来计算年的。

当今泰国使用佛历是近百年的事，始用于曼谷时期拉玛六世时代。当时泰国使用的是曼谷纪年。曼谷纪年是以曼谷时期开始的，即以1782年为元年。拉玛六世认为曼谷纪年不便计算曼谷时期以前的历史，而佛历在泰国古代一度也曾使用过，现在有些佛教国家也使用，于是在1912年2月21日宣布全国使用佛历，1913年4月1日起正式使用，直到今天。

泰国阴历有人称之为"泰历"。该词汉语直译为"阴历"，但为了与泰籍华人用的中国阴历相区别，加上"泰国"两字。泰国阴历与中国阴历也有不同之处。泰国阴历虽然也是以月球绕地球运行的周期来计算日月，但它都以单月29天，双月30天来计算。还以一个月中的"满月"为准，把一个月分为上弦月与下弦月来称呼日子，如称16日为下弦月初一，以此类推。实际上，月球绕地球两周与跳过阴历两个月比，约多0.0611758天。为此，每隔几年就要增加一天，增加的那天，泰国人称"闰日"。这一天一般都增加在7月，所以，单月的7月有时是30天。若与公历一年的天数比，泰国阴历一年只有354或355天，少11天或12天，3年约相差1个月。因此，泰国阴历每3年要增加1个月，一般加在8月，相当于中国的闰月。泰国阴历"年"的称呼与中国一样，以12生肖称。每12年为一个小周期，每60年为一个大周期。

　　泰国阴历的使用已有悠久的历史，现存最早的文字记载见诸素可泰石碑。自古以来，虽然泰国在历史上曾使用过多种历法，但泰国的阴历一直在民间流传。现今泰国不少节日仍用泰国阴历计算日子。

　　泰国有很多华裔泰人，其中不少人仍保持着中国的风俗习惯。因此，他们的春节、中秋节等传统节日仍按中国阴历的日子欢度。

　　　　　戚盛中：《泰国民俗与文化》，北京大学出版社，2013，第 105—106 页。

บทที่ ๘
การตั้งชื่อของชาวไทย

จุดประสงค์การเรียนรู้

๑. นักศึกษาสามารถอธิบายเกณฑ์การตั้งชื่อของชาวไทยได้

๒. นักศึกษาสามารถอธิบายการเปลี่ยนแปลงด้านการตั้งชื่อของชาวไทยได้

๓. นักศึกษาสามารถอธิบายภาพสะท้อนทางวัฒนธรรมจากการตั้งชื่อของชาวไทยได้

ชื่อบุคคลเป็นชื่อเฉพาะเจาะจง สามารถจำแนกได้เป็นชื่อตัวหรือชื่อจริง ชื่อสกุล และชื่อเล่น
บุคคลทุกชาติทุกภาษาต่างก็มีการตั้งชื่อ สำหรับคนไทยจะมีความนิยมให้บิดามารดาตั้งชื่อ และ
การตั้งชื่อตัวหรือชื่อจริงนั้นมีกฎเกณฑ์ในทางกฎหมายด้วย กล่าวคือ การตั้งชื่อจริงต้องปฏิบัติตาม
กฎหมายพระราชบัญญัติชื่อบุคคล พ.ศ. ๒๕๐๕ ว่าด้วยชื่อตัว ชื่อรอง ชื่อสกุล ซึ่งกำหนดว่าชื่อตัว
และชื่อรองจะต้องไม่พ้องหรือมุ่งหมายให้คล้ายกับพระปรมาภิไธย พระนามของพระราชินี หรือ
ราชทินนาม และต้องไม่มีคำหรือความหมายหยาบคาย

การตั้งชื่อจริงในสังคมไทยมักได้รับอิทธิพลจากคัมภีร์ทักษาปกรณ์ คือ การตั้งชื่อตามอักษร
วันเกิด ตามนามปีเกิด และตามนามเดือนเกิด การตั้งชื่อตามอักษรวันเกิดเป็นการตั้งชื่อที่ได้รับ
ความนิยมมากที่สุด เช่น ผู้ที่เกิดวันอังคารมีอักษร ก ข ค ฆ และ ง เป็นกาลกิณี ผู้เกิดวันอังคารที่
มีความเชื่อในเรื่องนี้จึงมักมีชื่อจริงที่เลี่ยงอักษรดังกล่าว   แต่ในการตั้งชื่อเล่นนั้นจะมีการพยายาม
เลี่ยงอักษรกาลกิณีน้อยกว่าการตั้งชื่อจริง หรือพูดอีกแบบหนึ่งคือ การตั้งชื่อเล่นมีความเป็นอิสระ
มากกว่าการตั้งชื่อจริง โดยผู้ตั้งชื่อเล่นสามารถตั้งชื่อเล่นอย่างไรก็ได้ มักไม่คำนึงถึงตัวอักษรในชื่อ
และไม่มีกฎหมายใดมากำหนดเกณฑ์ของการตั้งชื่อด้วย

การตั้งชื่อของสามัญชนและราชสกุล

ชื่อของคนไทยในสมัยสุโขทัยมีความคล้ายกันทางความหมายระหว่างสามัญชนและราชสกุล คือ ล้วนแต่สะท้อนสิ่งที่เป็นรูปธรรมเกี่ยวกับชีวิตประจำวันมากกว่าในสมัยปัจจุบัน และมีความหมายในเชิงความสัมพันธ์ระหว่างกัน เช่น อ้าย ยี่ ไส ซึ่งบอกลำดับการเกิด หรือเป็นคำที่มีความหมายเกี่ยวกับความมั่นคงเจริญงอกงาม เช่น คง บานเมือง คำแหง ความแตกต่างอยู่ที่ชื่อของราชสกุล มักใช้คำบาลีสันสกฤตมากกว่าและมีจำนวนพยางค์มากกว่า

ความแตกต่างระหว่างชื่อสามัญชนและราชสกุลเริ่มเห็นได้ชัดในสมัยอยุธยา สามัญชนยังคงมีชื่อที่สะท้อนรูปธรรมในชีวิตประจำวัน เช่น ชื่อที่เกี่ยวกับดอกไม้ พืช ต่าง ๆ แต่ชื่อของราชสกุลเริ่มเปลี่ยนแปลงไป มีความหมายแสดงฤทธิ์อำนาจ ความแตกต่างนี้สะท้อนให้เห็นรูปแบบการปกครองแบบสมบูรณายาสิทธิราช ซึ่งแตกต่างไปจากแบบพ่อปกครองลูกในสมัยสุโขทัย นอกจากนั้นฝ่ายราชสกุลยังเริ่มนำตำรานามทักษาปกรณ์มาเป็นคติในการตั้งชื่อด้วย

ชื่อของคนไทยมีจำนวนพยางค์เพิ่มมากขึ้นในแต่ละยุค มีการใช้ภาษาไทยน้อยลงและมีภาษาบาลีและสันสกฤตมากขึ้น นอกจากนี้ยังเริ่มใช้ภาษาเขมรในการตั้งชื่อตั้งแต่สมัยต้นรัตนโกสินทร์เป็นต้นมา เรียงตามลำดับความนิยมในการใช้ภาษาจากมากไปน้อย คือ ภาษาไทย ภาษาบาลีสันสกฤต ภาษาไทยปนบาลีสันสกฤต จนมาถึงยุคปัจจุบันหลังการเปลี่ยนแปลงการปกครองเมื่อปี พ.ศ. ๒๔๗๕ ชื่อคนไทยสามัญชนก็เริ่มมีความหมายเป็นรูปธรรมมากขึ้น มีความหมายในด้านความรู้ความสามารถมากขึ้น และตั้งชื่อโดยอิงกับตำรานามทักษาปกรณ์เช่นเดียวกับฝ่ายราชสกุล มีการใช้รูปคำบาลีสันสกฤตที่แปลกตาแสดงความเป็นปัจเจก เรียงตามลำดับความนิยมในการใช้ภาษาจากมากไปน้อย คือ ภาษาบาลีสันสกฤต ภาษาไทย ภาษาไทยปนบาลีสันสกฤต และภาษาเขมร และมีความนิยมที่จะตั้งชื่อให้มีเสียงสัมพันธ์กับญาติพี่น้องเพื่อแสดงความเป็นเครือญาติ

การเปลี่ยนแปลงความเชื่อเกี่ยวกับสิริมงคลและกาลกิณีในชื่อของคนไทย

นักวิจัยศึกษาพบว่า คนไทยมากกว่าครึ่งหนึ่งเลือกใช้รูปคำที่เป็นสิริมงคลตามตำราทักษา คือ มีการเลี่ยงอักษรกาลกิณีประจำวันเกิด และเลือกอักษรที่เป็นเดชหรือศรีนำหน้าชื่อ รวมทั้งมีการตั้งชื่อลูกให้สัมพันธ์กับชื่อพ่อแม่ทางด้านเสียงหรือความหมาย ส่วนการแสดงออกถึงความเชื่อเกี่ยว

กับสิริมงคลและกาลกิณีในทางความหมายนั้น คือการตั้งชื่อให้มีความหมายที่ดี เช่น ความดีงาม และเจริญรุ่งเรือง ความมั่งคั่ง เกียรติยศชื่อเสียง และอำนาจ ความรู้ความสามารถ ความสุขและความรัก การดำรงอยู่ เป็นต้น

จากผลการศึกษาวิจัยพบว่า ในรุ่นคนอายุมากมีชื่อที่มีความหมายเกี่ยวกับกิริยาและคุณลักษณะมากที่สุด เพราะเชื่อว่าสิ่งที่เป็นรูปธรรมอันเหมาะกับตัวเจ้าของชื่อถือเป็นสิริมงคลที่สุด ในขณะที่สมัยต่อมามักมีชื่อที่มีความเป็นนามธรรมมากขึ้น คือ ความดีงามและความรุ่งเรืองเป็นสิริมงคล ส่วนในสมัยปัจจุบันชื่อมักมีความหมายถึงความรู้ความสามารถ ซึ่งถือว่าเป็นสิริมงคลที่สุด

คนสมัยก่อนแสดงออกถึงความเชื่อด้านสิริมงคลและกาลกิณีในระดับที่น้อยทุกภาคของประเทศไทย โดยการแสดงออกทางความหมายมากกว่ารูปคำ ภาคกลางเป็นภาคที่คนมักตั้งชื่อให้มีความสัมพันธ์กับพ่อแม่มากกว่าคนในภาคอื่น คนในรุ่นอายุนี้ภาคเหนือมักมีชื่อที่ให้ความหมายเกี่ยวกับความมั่งคั่ง คนภาคตะวันออกเฉียงเหนือและภาคใต้มีชื่อที่ให้ความหมายเกี่ยวกับกิริยาและคุณลักษณะมากที่สุด ส่วนคนภาคกลางมีชื่อที่มีความหมายเกี่ยวกับความดีงามเจริญรุ่งเรืองมากที่สุด

ส่วนชื่อคนสมัยปัจจุบันแสดงถึงความเชื่อด้านสิริมงคลและกาลกิณีทั้งทางรูปคำและความหมายของชื่อ คนภาคใต้มีชื่อที่แสดงการเลี่ยงอักษรกาลกิณีน้อยที่สุด ในขณะที่คนภาคเหนือมีชื่อที่แสดงการเลี่ยงอักษรกาลกิณีมากที่สุด คนไทยภาคเหนือมีชื่อที่มีความหมายเกี่ยวกับความรู้ความสามารถมากที่สุด คนไทยภาคตะวันออกเฉียงเหนือและภาคกลางมีชื่อที่มีความหมายเกี่ยวกับความดีงามและความเจริญรุ่งเรืองมากที่สุด ส่วนชื่อคนภาคใต้มีชื่อที่มีความหมายเกี่ยวกับเกียรติยศอำนาจมากที่สุด

ลักษณะการเขียนชื่อของคนไทย

ชื่อตัวหรือชื่อจริงของคนไทยนั้นมักจะประกอบด้วยสองส่วนหลัก ๆ คือ ชื่อและนามสกุล ในการเขียนชื่อตัวนั้น คนไทยจะเขียนชื่อก่อน แล้วค่อยเขียนนามสกุลตามหลังโดยมีการเว้นวรรค เช่น ปิยพรรณ มีสุข คำว่า "ปิยพรรณ" เป็นชื่อ ส่วนคำว่า "มีสุข" เป็นนามสกุล ถ้าเป็นบุคคลที่มียศถาบรรดาศักดิ์ ก็จะเขียนยศก่อน แล้วตามด้วยชื่อและนามสกุล เช่น ม.ล. จรัลวิไล จรูญโรจน์ คำว่า "ม.ล." ย่อมาจากคำว่า "หม่อมหลวง" ซึ่งเป็นยศของบุคคลผู้นี้ ส่วนคำว่า "จรัลวิไล" เป็นชื่อ และคำ

ว่า "จรูญโรจน์" เป็นนามสกุล

ในการเขียนชื่อนั้น คนไทยนิยมเขียนคำว่า "นาย, นาง, นางสาว" ไว้นำหน้าชื่อและนามสกุล เพื่อระบุเพศและสถานภาพการสมรส ขณะเดียวกันก็ยังนิยมเขียนตำแหน่ง อาชีพ วุฒิทางการศึกษา (เฉพาะบุคคลที่สำเร็จการศึกษาระดับปริญญาเอก) ไว้นำหน้าชื่อและนามสกุลด้วย เช่น รองศาสตราจารย์ ดร.ธิดา สาระยะ คำว่า "รองศาสตราจารย์" เป็นตำแหน่งทางวิชาการ คำว่า "ดร." เป็นวุฒิทางการศึกษาระดับปริญญาเอก ส่วนคำว่า "ธิดา" เป็นชื่อ และคำว่า "สาระยะ" เป็นนามสกุล

(บทเรียนเรื่องนี้มีเนื้อหาบางส่วนสรุปจากรายงานการวิจัยของ ม.ล. จรัลวิไล จรูญโรจน์ เรื่องภาษาและภาพสะท้อนของวัฒนธรรมจากชื่อเล่นของคนไทย. ๒๕๕๒.)

❖ คำศัพท์และวลี

พ้อง 相符；符合；一致

พระปรมาภิไธย （国王）名号

เลี่ยง 避免

ราชสกุล 王族

ปัจเจก 个别；单独；独自

ยศถาบรรดาศักดิ์ 爵位

มุ่งหมาย 打算；立志

ราชทินนาม 钦赐称号；封赐爵衔

สามัญชน 平民百姓

สมบูรณาญาสิทธิราช 君主专制政体

กาลกิณี 厄运；不幸；不祥

วุฒิทางการศึกษา 学历

แบบฝึกหัด

๑. อธิบายลักษณะการเขียนชื่อของชาวไทยพร้อมยกตัวอย่างประกอบ

๒. อธิบายเกณฑ์การตั้งชื่อของชาวไทย

๓. อธิบายการเปลี่ยนแปลงด้านการตั้งชื่อของชาวไทย

๔. อภิปรายภาพสะท้อนทางวัฒนธรรมจากการตั้งชื่อของชาวไทย

📚 ความรู้เสริม

ภาพสะท้อนทางวัฒนธรรมที่สะท้อนมาจากชื่อเล่น

คนไทยให้ความสำคัญกับความเป็นปัจเจกมากขึ้น สะท้อนให้เห็นจากการใช้ชื่อเล่นที่มีความโดดเด่น ไม่ซ้ำใครมากในรุ่นอายุน้อยที่สุด และกลวิธีที่ทำให้ชื่อเล่นมีความโดดเด่นไม่ซ้ำใคร ก็คือการใช้ชื่อเล่นที่มีจำนวนพยางค์มากกว่า ๑

อิทธิพลของต่างประเทศที่เข้าสู่สังคมไทยมีมากขึ้น สังเกตได้จากกลุ่มอายุยิ่งน้อยลงเท่าไร ก็พบอัตราส่วนการตั้งชื่อเล่นเป็นภาษาไทยน้อยลงเท่านั้น สวนทางกับชื่อเล่นเป็นภาษาอังกฤษซึ่งมีมากขึ้นเรื่อย ๆ ในกลุ่มอายุน้อยกว่า ประกอบกับพบชื่อเล่นที่ประกอบด้วยภาษาสองภาษา หรือชื่อเล่นที่พ้องเสียงระหว่างสองภาษามากกว่าในกลุ่มที่มีอายุมากกว่า

คนจีนในประเทศไทยกลมกลืนเข้ากับคนไทยมากขึ้นเรื่อย ๆ สังเกตได้จากการที่เมื่อพิจารณาภาพรวมพบชื่อเล่นภาษาจีนน้อยลงเรื่อย ๆ ในกลุ่มอายุน้อย และอัตราส่วนของเหตุผลด้านเชื้อชาติในการเลือกภาษาในการตั้งชื่อเล่นมีน้อยลงเรื่อย ๆ

สิ่งที่ชาวไทยมุสลิมใช้บ่งอัตลักษณ์ของตนคือภาษาอาหรับ สังเกตได้จากการที่เมื่อพิจารณาชื่อเล่นของชาวมุสลิมที่ระบุเหตุผลในการเลือกภาษาล้วนแต่เป็นชื่อภาษาอาหรับ

ชาวไทยที่ไม่ใช่ชาวพุทธใช้ชื่อเล่นแสดงเอกลักษณ์ด้านศาสนาของตน สังเกตได้จากที่ชาวคริสต์และชาวมุสลิมมีการระบุเหตุผลทางศาสนาในการเลือกภาษาตั้งชื่อเล่นที่มากกว่าชาวพุทธอย่างเห็นได้ชัด และเมื่อพิจารณาที่มาของชื่อเล่นก็พบลักษณะที่สอดคล้องกันกับที่กล่าวมาแล้ว คือชาวคริสต์และชาวมุสลิมตั้งชื่อเล่นโดยคำนึงถึงเหตุผลทางศาสนามากกว่าชาวพุทธ

ชาวมุสลิมไม่นิยมการตั้งชื่อให้มีความหมายเกี่ยวกับสัตว์ สังเกตได้จากเมื่อพิจารณาชื่อเล่นของคนไทยโดยรวมจะพบชื่อที่มีความหมายเกี่ยวกับสัตว์มากเป็นอันดับสองรองจากชื่อที่มีความหมายเกี่ยวกับลักษณะทางกายภาพของเจ้าของชื่อ แต่เมื่อพิจารณาจำแนกตามศาสนาแล้วกลับไม่พบว่ากลุ่มตัวอย่างชาวมุสลิมมีชื่อเล่นที่มีความหมายเกี่ยวกับสัตว์เลย

คนไทยมองความเป็นสิริมงคลเปลี่ยนไปจากเดิม สังเกตได้จากชื่อเล่นของคนไทยในกลุ่มอายุมากมีความหมายเกี่ยวกับลักษณะทางกายภาพอยู่มาก และค่อย ๆ ลดอัตราส่วนลงเรื่อย ๆ ในรุ่นอายุ

ที่น้อยกว่า

สังคมไทยก้าวเข้าสู่สังคมวัตถุนิยมและบริโภคนิยมมากขึ้นเรื่อย ๆ แต่ในเวลาเดียวกันสภาพที่เกิดขึ้นก็ก่อให้เกิดความไม่พอใจของคนในสังคม ส่งผลให้คนเริ่มโหยหาธรรมชาติมากขึ้นไปพร้อม ๆ กัน สังเกตได้จากการที่ชื่อเล่นที่เกี่ยวข้องกับความมั่งคั่ง อาหาร ดอกไม้ พืช และธรรมชาติได้รับความนิยมมากขึ้นเรื่อย ๆ

คนไทยมีบุตรน้อยลง สังเกตได้จากการที่พบชื่อเล่นที่มีการตั้งขึ้นโดยคำนึงถึงลำดับการเกิดน้อยลงในแต่ละรุ่นอายุ แต่ตั้งชื่อเล่นโดยคำนึงถึงความคาดหวังของพ่อแม่มากขึ้น

วัฒนธรรมไทยเน้นฝ่ายแม่ ยกเว้นในกลุ่มชาวมุสลิม สังเกตได้จากการที่ผู้มีบทบาทในการตั้งชื่อเล่นให้สมาชิกใหม่ในครอบครัวคือแม่มากกว่าพ่ออย่างเห็นได้ชัดทั้งในภาพรวม ทั้งในกรณีจำแนกเพศของเจ้าของชื่อ และทั้งในกรณีจำแนกตามรุ่นอายุ รวมทั้งหากผู้ตั้งชื่อเป็นญาติอื่น ๆ ที่ไม่ใช่พ่อแม่ ก็พบว่าผู้ทำหน้าที่ในการตั้งชื่อก็คือญาติฝ่ายแม่มากกว่าญาติฝ่ายพ่อ ในขณะที่กลุ่มชาวมุสลิมนั้นพ่อมีบทบาทการตั้งชื่อให้สมาชิกใหม่มากกว่าแม่และญาติฝ่ายแม่ก็ไม่ได้มีบทบาทในเรื่องนี้มากกว่าญาติฝ่ายพ่อ

บทบาทของชายและหญิงมีความแตกต่างกัน สังเกตได้จากความหมายของชื่อเล่น เพศชายมีชื่อเล่นที่มีความหมายเกี่ยวกับความรู้ความสามารถ ความยิ่งใหญ่โดดเด่นชัยชนะ และ ศาสนามากกว่าเพศหญิงอย่างชัดเจน ในขณะที่ชื่อเล่นของเพศหญิงมีความหมายเกี่ยวกับดอกไม้พืช ความงาม และความรักความสุข มากกว่าเพศชาย

คนไทยตั้งชื่อโดยคำนึงถึงศาสนาหรือความเชื่อบางด้านมากขึ้น สังเกตได้จากการที่กลุ่มตัวอย่างรุ่นอายุน้อยที่สุด (๐-๑๐ ปี) มีชื่อเล่นที่มีความหมายเกี่ยวกับศาสนารวมทั้งมีการตั้งชื่อโดยคำนึงถึงเหตุผลทางด้านศาสนามากกว่ารุ่นอายุอื่น ๆ อย่างชัดเจน แต่มีการตั้งชื่อที่หมายถึงสัตว์น้อยลงเรื่อย ๆ

(ที่มา ม.ล. จรัลวิไล จรูญโรจน์. ๒๕๕๒.ภาษาและภาพสะท้อนของวัฒนธรรม
จากชื่อเล่นของคนไทย. มหาวิทยาลัยเกษตรศาสตร์.)

❖ **คำศัพท์และวลี**

อัตราส่วน	比例	สวนทาง	相对；相反
อัตลักษณ์	特点；特色	กายภาพ	身体的
โหยหา	寻找		

ความรู้ที่เกี่ยวข้อง

泰文字母与人名

  泰国人取名是非常讲究的，通常要综合考虑出生日期、时辰、性格特点、父母期望等方面。泰国文字是拼音文字，有很多字母，泰国人在取名字的时候通常会根据出生的时间查阅字母吉利与否，然后根据父母的期望等因素选择适合的字母用于取名。泰文字母被分为预示着官运、寿命、地位、吉祥、财富、勤奋、机缘、不祥这八类。

  以前，泰国人通常选择预示着地位的字母放在男孩子姓名的前面，人们相信这样做可以让他成为领导，拥有权势；选择预示着吉祥的字母放在女孩子姓名的前面，人们相信这样做可以给女孩子带来美丽的外貌、幸福安宁的生活。现在，人们在选择字母取名字的时候主要根据被取名人的特点、性格及职业选择这些字母放在名字的前面。

  在出生的时间方面，泰国人是以"星期几"为标准来划分这些字母的。其中，星期日指出生在星期日凌晨6时至星期一凌晨5时59分；星期一指出生在星期一凌晨6时至星期二凌晨5时59分，以此类推。其中，星期三比较特殊，分为白天和晚上，白天指星期三凌晨6时至17时59分；晚上指星期三18时至星期四凌晨5时59分。具体字母划分如下表所示：

	官运	寿命	地位	吉祥	财富	勤奋	机缘	不祥
星期日	อ อะ อา อิ อี อุ อู เอ โอ ไอ	ก ข ค ฆ ง	จ ฉ ช ฌ ญ	ฎ ฏ ฐ ฑ ฒ ณ	ด ต ถ ท ธ น	บ ป ผ ฝ พ ฟ ภ ม	ย ร ล ว	ศ ษ ส ห ฬ ฮ

续表

	官运	寿命	地位	吉祥	财富	勤奋	机缘	不祥
星期一	ก ข ค ฆ ง	จ ฉ ช ฌ ญ	ฎ ฏ ฐ ฑ ฒ ณ	ด ต ถ ท ธ น	บ ป ผ ฝ พ ฟ ภ ม	ย ร ล ว	ศ ษ ส ห ฬ ฮ	อ อะ อา อิ อี อุ อู เอ โอ ไอ
星期二	จ ฉ ช ฌ ญ	ฎ ฏ ฐ ฑ ฒ ณ	ด ต ถ ท ธ น	บ ป ผ ฝ พ ฟ ภ ม	ย ร ล ว	ศ ษ ส ห ฬ ฮ	อ อะ อา อิ อี อุ อู เอ โอ ไอ	ก ข ค ฆ ง
星期三白天	ฎ ฏ ฐ ฑ ฒ ณ	ด ต ถ ท ธ น	บ ป ผ ฝ พ ฟ ภ ม	ย ร ล ว	ศ ษ ส ห ฬ ฮ	อ อะ อา อิ อี อุ อู เอ โอ ไอ	ก ข ค ฆ ง	จ ฉ ช ฌ ญ
星期四	บ ป ผ ฝ พ ฟ ภ ม	ย ร ล ว	ศ ษ ส ห ฬ ฮ	อ อะ อา อิ อี อุ อู เอ โอ ไอ	ก ข ค ฆ ง	จ ฉ ช ฌ ญ	ฎ ฏ ฐ ฑ ฒ ณ	ด ต ถ ท ธ น
星期五	ศ ษ ส ห ฬ ฮ	อ อะ อา อิ อี อุ อู เอ โอ ไอ	ก ข ค ฆ ง	จ ฉ ช ฌ ญ	ฎ ฏ ฐ ฑ ฒ ณ	ด ต ถ ท ธ น	บ ป ผ ฝ พ ฟ ภ ม	ย ร ล ว
星期六	ด ต ถ ท ธ น	บ ป ผ ฝ พ ฟ ภ ม	ย ร ล ว	ศ ษ ส ห ฬ ฮ	อ อะ อา อิ อี อุ อู เอ โอ ไอ	ก ข ค ฆ ง	จ ฉ ช ฌ ญ	ฎ ฏ ฐ ฑ ฒ ณ
星期三晚上	ย ร ล ว	ศ ษ ส ห ฬ ฮ	อ อะ อา อิ อี อุ อู เอ โอ ไอ	ก ข ค ฆ ง	จ ฉ ช ฌ ญ	ฎ ฏ ฐ ฑ ฒ ณ	ด ต ถ ท ธ น	บ ป ผ ฝ พ ฟ ภ ม

编者译自 ณัฏฐ์ชวัล แสงสุวรรณ, *คู่มือตั้งชื่อตามวันเกิด ฉบับสมบูรณ์* (พิมพ์ครั้งที่ ๒) (สำนักพิมพ์สื่อรวิชญ, 2013), pp.1–6.

บทที่ ๘
วรรณคดีไทย

จุดประสงค์การเรียนรู้

๑. นักศึกษาสามารถอธิบายการแบ่งวรรณคดีไทยตามยุคสมัยต่าง ๆ ได้

๒. นักศึกษาสามารถยกตัวอย่างวรรณคดีสำคัญของแต่ละยุคสมัยของไทยได้

๓. นักศึกษาสามารถอธิบายลักษณะสำคัญด้านภาษาและเนื้อหาของวรรณคดีไทยใน แต่ละยุคสมัยได้

๔. นักศึกษาสามารถอธิบายปัจจัยสำคัญที่ทำให้วรรณคดีหรือวรรณกรรมร่วมสมัยของไทยเกิดการเปลี่ยนแปลงได้

วรรณคดีคือวรรณกรรมหรืองานเขียนที่ได้รับการยกย่องว่าแต่งได้ดี เป็นงานเขียนที่มีสาระและใช้ภาษาที่ไพเราะ สามารถทำให้ผู้อ่านหรือผู้ฟังเกิดอารมณ์สะเทือนใจ ซึ่งประกอบด้วยวรรณคดีที่เป็นลายลักษณ์และมุขปาฐะ

วรรณคดีไทยมีประวัติยาวนานกว่า ๗๐๐ ปี นับจากสมัยสุโขทัยซึ่งมีพ่อขุนรามคำแหงมหาราชทรงประดิษฐ์อักษรไทยขึ้น แต่อันที่จริงแล้วก่อนสมัยสุโขทัย ประเทศไทยก็มีวรรณกรรมเช่นกัน ซึ่งส่วนใหญ่เป็นประเภทมุขปาฐะ นอกจากนี้แล้วในพุทธศตวรรษที่ ๑๗ ล้านนามีอักษรที่ใช้จารึกเรื่องต่าง ๆ เรียกว่า "อักษรมอญโบราณ" และล้านนามีความเจริญในด้านวรรณกรรมอย่างมาก และได้รับความนิยมแพร่หลายในหมู่ชาวไทยตั้งแต่อดีต โดยเฉพาะอย่างยิ่งการสร้างสรรค์วรรณกรรมศาสนาเรื่อง ปัญญาสชาดกจากนิทานพื้นบ้าน ซึ่งเป็นที่มาของวรรณกรรมไทยหลายเรื่องในชั้นหลัง เช่น สังข์ทอง สมุทรโฆษ ฯลฯ ในขณะเดียวกันยังมีวรรณกรรมด้านการเมืองการปกครอง เช่น มังรายศาสตร์ โคลงมังทราบเชียงใหม่ ฯลฯ

สมัยสุโขทัย (พ.ศ. ๑๘๐๐ - ๑๘๙๕)

วรรณคดีสมัยสุโขทัยส่วนใหญ่เป็นนิทานพื้นเมืองหรือเพลงพื้นเมืองที่ถ่ายทอดกันมาโดยความทรงจำที่เรียกกันว่า "วรรณคดีมุขปาฐะ" ซึ่งหมายถึงวรรณคดีที่ใช้การเล่าถ่ายทอดต่อกันมาไม่มีการจดบันทึกเป็นลายลักษณ์อักษร แต่ก็ยังพอจะมีวรรณคดีลายลักษณ์อักษรอยู่บ้าง วรรณคดีลายลักษณ์อักษรสำคัญที่นักวิชาการสันนิษฐานว่าเกิดในสมัยสุโขทัยนั้น มีอยู่ ๔ เรื่อง คือ (๑) ศิลาจารึกสุโขทัยหลักที่ ๑ หรือเรียกว่า "จารึกพ่อขุนรามคำแหงมหาราช" (๒) ไตรภูมิพระร่วง (๓) สุภาษิตพระร่วง และ (๔) ตำรับท้าวศรีจุฬาลักษณ์ หรือเรียกว่า "นางนพมาศ" วรรณคดีในยุคนี้ส่วนใหญ่แต่งเป็นคำประพันธ์ร้อยแก้ว ใช้ภาษาเรียบง่าย

สมัยอยุธยา (พ.ศ. ๑๘๙๓ - ๒๓๑๐)

สมัยอยุธยาเป็นยุคสมัยที่วรรณคดีไทยมีความเจริญรุ่งเรือง โดยเฉพาะสมัยอยุธยาตอนกลางและตอนปลาย วรรณคดีในสมัยอยุธยาส่วนใหญ่เป็นคำประพันธ์ร้อยกรอง ในยุคแรก ๆ นิยมใช้คำภาษาไทยที่เรียบง่าย ต่อมาเริ่มมีการใช้คำศัพท์ภาษาบาลี สันสกฤตและเขมรปนกับภาษาไทย

สมัยอยุธยาตอนต้น ตั้งแต่สมัยสมเด็จพระรามาธิบดีที่ ๑ จนถึงสมัยพระเจ้าทรงธรรม ช่วงระหว่าง พ.ศ. ๑๘๙๓ ถึง พ.ศ. ๒๑๗๑ รวมเวลา ๒๗๘ ปี มีวรรณคดี ๕ เรื่อง คือ (๑) ลิลิตโองการแช่งน้ำ (๒) มหาชาติคำหลวง (๓) ลิลิตพระลอ (๔) ลิลิตยวนพ่าย และ (๕) กาพย์มหาชาติ วรรณคดีในสมัยอยุธยาตอนต้นส่วนใหญ่มีเนื้อหาเกี่ยวกับศาสนาและพระมหากษัตริย์ เช่น ลิลิตโองการแช่งน้ำ

สมัยอยุธยาตอนกลาง ตั้งแต่สมัยสมเด็จพระเจ้าปราสาททองจนถึงสมัยสมเด็จพระนารายณ์มหาราช ช่วงระหว่าง พ.ศ. ๒๑๗๒ ถึง พ.ศ. ๒๒๓๑ รวมเวลา ๕๙ ปี มีวรรณคดี ๑๗ เรื่อง คือ (๑) โคลงนิราศหริภุญชัย (๒) สมุทรโฆษคำฉันท์ (๓) โคลงภาษิต ๓ เรื่อง ได้แก่ โคลงพาลีสอนน้อง โคลงทศรถสอนพระรามและโคลงราชสวัสดิ (๔) เพลงยาวพยากรณ์กรุงศรีอยุธยา (๕) โคลงเฉลิมพระเกียรติพระเจ้าปราสาททอง (๖) เสือโคคำฉันท์ (๗) พระราชพงศาวดารกรุงเก่า ฉบับหลวงประเสริฐอักษรนิติ (๘) จินดามณี ของพระโหราธิบดี (๙) โคลงกำสรวลศรีปราชญ์ ของศรีปราชญ์ (๑๐) อนิรุทธ์คำฉันท์ ของ ศรีปราชญ์ (๑๑) โคลงอักษรสามหมู่ ของ พระศรีมโหสถ (๑๒) โคลงเฉลิมพระเกียรติ

สมเด็จพระนารายณ์มหาราช ของ พระศรีมโหสถ (๑๓) กาพย์ห่อโคลง ของ พระศรีมโหสถ (๑๔) โคลงของทวาทศมาส ไม่ปรากฏผู้แต่งที่แน่ชัด แต่คาดว่าจะมีกวีร่วมกันแต่งสามคน คือ ขุนพรหมมนตรี ขุนศรีกวีราช และขุนสารประเสริฐ (๑๕) คำฉันท์ดุษฎีสังเวยกล่อมช้าง ของขุนเทพกวี (๑๖) ราชาพิลาปคำฉันท์ และ (๑๗) โคลงนิราศนครสวรรค์ ของพระศรีมโหสถ วรรณคดีในยุคนี้มีเนื้อหาหลากหลายมากขึ้น เช่น วรรณคดีที่แต่งบนพื้นฐานนิทานชาดก เรื่อง สมุทรโฆษคำฉันท์ วรรณคดีที่แต่งขึ้นเพื่อประกอบพิธีกรรม เรื่อง คำฉันท์ดุษฎีสังเวยกล่อมช้าง และยังมีวรรณคดีที่แต่งขึ้นเพื่อเป็นแบบเรียนภาษาไทยและการแต่งคำประพันธ์ เรื่อง จินดามณี

สมัยอยุธยาตอนปลาย ตั้งแต่สมัยสมเด็จพระเจ้าบรมโกศจนถึงสมัยสมเด็จพระเจ้าเอกทัศ ช่วงระหว่าง พ.ศ. ๒๒๗๕ ถึง พ.ศ. ๒๓๑๐ รวมเวลา ๓๕ ปี มีวรรณคดี ๑๔ เรื่อง คือ (๑) โคลงชะลอพระพุทธไสยาสน์ พระราชนิพนธ์สมเด็จพระเจ้าเอกทัศ (๒) จินดามณี ฉบับพระเจ้าบรมโกศ (๓) บทละครเรื่องอิเหนาใหญ่หรือดาหลัง พระนิพนธ์ในเจ้าฟ้ากุลฑล (๔) บทละครเรื่องอิเหนาเล็กหรืออิเหนา พระนิพนธ์ในเจ้าฟ้ามงกุฎ (๕) โคลงนิราศเจ้าอภัย พระนิพนธ์ในเจ้าฟ้าอภัย (๖) นันโทปนันทสูตรคำหลวง พระนิพนธ์ในเจ้าฟ้าธรรมธิเบศร์ (๗) พระมาลัยคำหลวง พระนิพนธ์ในเจ้าฟ้าธรรมธิเบศร์ (๘) กาพย์เห่เรือ พระนิพนธ์ในเจ้าฟ้าธรรมธิเบศร์ (๙) กาพย์ห่อโคลงนิราศธารโศก พระนิพนธ์ในเจ้าฟ้าธรรมธิเบศร์ (๑๐) กาพย์ห่อโคลงประพาสธารทองแดง พระนิพนธ์ในเจ้าฟ้าธรรมธิเบศร์ (๑๑) เพลงยาวเจ้าฟ้ากุ้ง พระนิพนธ์ในเจ้าฟ้าธรรมธิเบศร์ (๑๒) ปุณโณวาทคำฉันท์ของพระมหานาค วัดท่าทราย (๑๓) โคลงนิราศพระพุทธบาท ของพระมหานาค วัดท่าทราย และ๑๔) กลบทศิริวิบุลกิตติ ของหลวงศรีปรีชา วรรณคดีเริ่มแพร่หลายสู่ประชาชนทั่วไปเพื่อความบันเทิง เช่น เรื่อง นางมโนห์รา เรื่อง สังข์ทอง เป็นต้น

สมัยกรุงธนบุรี (พ.ศ. ๒๓๑๐ - ๒๓๒๕)

เมื่อกรุงศรีอยุธยาเสียแก่พม่าใน พ.ศ. ๒๓๑๐ บ้านเมืองเกิดความวุ่นวาย ผู้คนพากันหลบหนีเอาชีวิตรอด พระยาตากจึงได้รวบรวมสมัครพรรคพวก ทำการสู้รบขับไล่พม่า จนกระทั่งสามารถกอบกู้เอกราชกลับคืนมาได้ แต่สภาพกรุงศรีอยุธยาทรุดโทรมมาก ยากแก่การบูรณปฏิสังขรณ์ขึ้นใหม่ พระยาตากจึงเลือกกรุงธนบุรีเป็นราชธานีแทนกรุงศรีอยุธยา ตลอดระยะเวลา ๑๕ ปี ในรัชสมัยสมเด็จพระเจ้าตากสินมหาราช พระองค์ทรงใช้เวลาส่วนใหญ่ในการต่อสู้ปราบปราม ป้องกัน

และขยายอาณาเขตของประเทศ ผลงานทางด้านวรรณกรรมในสมัยนั้นจึงมีจำนวนน้อยและไม่ค่อยสมบูรณ์

วรรณกรรมในสมัยธนบุรีส่วนใหญ่เป็นการฟื้นฟูวรรณกรรมที่เคยมีอยู่แล้วในสมัยอยุธยา ส่วนวรรณกรรมที่เขียนขึ้นใหม่มีอยู่ด้วยกัน ๖ เรื่อง ได้แก่ (๑) รามเกียรติ์ ของสมเด็จพระเจ้ากรุงธนบุรี (๒) ลิลิตเพชรมงกุฎ ของหลวงสรวิชิต หรือเจ้าพระยาคลัง(หน) (๓) อิเหนาคำฉันท์ ของหลวงสรวิชิต หรือเจ้าพระยาคลัง (หน) (๔) โคลงยอพระเกียรติพระเจ้ากรุงธนบุรี ของนายสวน (มหาดเล็ก) (๕) นิราศพระยามหานุภาพไปเมืองจีน หรือนิราศกวางตุ้ง ของพระยามหานุภาพ (๖) กฤษณาสอนน้องคำฉันท์ ของพระยาราชสุภาวดีและพระภิกษุอินท์

สมัยรัตนโกสินทร์ (พ.ศ. ๒๓๒๕ - ปัจจุบัน)

นักวิชาการของไทยนิยมแบ่งวรรณคดีสมัยกรุงรัตนโกสินทร์ออกเป็น ๒ ยุคด้วยกัน คือ วรรณคดีสมัยกรุงรัตนโกสินทร์ตอนต้น พ.ศ. ๒๓๒๕ – ๒๓๙๔ ระหว่างรัชกาลพระบาทสมเด็จพระพุทธยอดฟ้าจุฬาโลกมหาราช จนถึงรัชกาลพระบาทสมเด็จพระนั่งเกล้าเจ้าอยู่หัว และวรรณคดีสมัยรับอิทธิพลตะวันตกรัชกาลที่ ๔ – ๖ พ.ศ. ๒๓๙๔ – ๒๔๖๘ ระหว่างรัชกาลพระบาทสมเด็จพระจอมเกล้าเจ้าอยู่หัว จนถึงรัชกาลพระบาทสมเด็จพระมงกุฎเกล้าเจ้าอยู่หัว ซึ่งนักวิชาการของไทยส่วนใหญ่จะเรียกวรรณกรรมในยุคนี้ว่า “วรรณกรรมร่วมสมัย”

ในหนังสือ ศิลปวัฒนธรรมไทย ที่กระทรวงวัฒนธรรมจัดทำขึ้นเมื่อปี พ.ศ.๒๕๕๗ ได้สรุปวรรณคดีสมัยกรุงรัตนโกสินทร์ตอนต้นไว้ว่า ภายหลังการสถาปนากรุงรัตนโกสินทร์ขึ้นเป็นราชธานี พระบาทสมเด็จพระพุทธยอดฟ้าจุฬาโลกทรงฟื้นฟูวรรณคดีเก่าและชำระขึ้นใหม่หลายเล่ม เช่น รามเกียรติ์ อิเหนา ดาหลัง อุณรุท กฎหมายตราสามดวง ร่ายยาวมหาเวสสันดรชาดก นิราศพม่าที่ท่าดินแดง เป็นต้น นอกจากนี้ยังมีวรรณคดีร้อยแก้ว ซึ่งแปลจากวรรณกรรมต่างประเทศ เช่น ราชาธิราช สามก๊ก ไซ่ฮั่น และนิทานอิหร่านราชธรรม ส่วนในรัชสมัยพระบาทสมเด็จพระพุทธเลิศหล้านภาลัย ทรงพระราชนิพนธ์บทละครในเรื่องอิเหนา และทรงปรับปรุงรามเกียรติ์ให้เหมาะสมกับการแสดงโขน ทั้งยังทรงนำบทละครนอกสมัยอยุธยามาทรงพระราชนิพนธ์ใหม่ ๕ เรื่อง ได้แก่ คาวี ไกรทอง สังข์ทอง ไชยเชษฐ์ และมณีพิไชย และที่สำคัญคือ บทเสภาเรื่องขุนช้างขุนแผน ที่ได้ถือว่าเป็นวรรณคดีชั้นเยี่ยมของยุครัตนโกสินทร์ตอนต้น นอกจากนี้ยังมีวรรณกรรมเด่นที่เกิดจาก

การสร้างสรรค์โดยจินตนาการของกวีโดยตรง แทนที่จะอาศัยเค้าเรื่องจากชาดกตามขนบเดิม เช่น พระอภัยมณี ลักษณวงศ์ สิงหไกรภพ ของสุนทรภู่ ต่อมาในรัชสมัยพระบาทสมเด็จพระนั่งเกล้าเจ้าอยู่หัวมีวรรณคดีที่สำคัญ ได้แก่ สมุทรโฆษคำฉันท์ ลิลิตตะเลงพ่าย ปฐมสมโพธิกถา โคลงโลกนิติ เพลงยาวถวายโอวาท ฯลฯ นอกจากนี้ยังปรากฏวรรณคดีแนวใหม่ที่มีเนื้อหาเสียดสีประชดประชัน เช่น ระเด่นลันได พระมะเหลเถไถ เป็นต้น

ตั้งแต่รัชสมัยพระบาทสมเด็จพระจอมเกล้าเจ้าอยู่หัวเป็นต้นมา วรรณกรรมไทยได้เกิดการเปลี่ยนแปลง เนื่องจากสังคมไทยได้รับอิทธิพลของชาติตะวันตกโดยเฉพาะชนชั้นผู้ปกครอง ในขณะเดียวกันด้วยการพัฒนาของเทคนิคการพิมพ์ทำให้ผลงานวรรณกรรมสามารถเผยแพร่และเข้าถึงประชาชนทั่วไปได้มากขึ้นโดยไม่ได้จำกัดอยู่ในหมู่ผู้คนชนชั้นสูงเหมือนเคย นอกจากนี้แล้วระบบการศึกษาของไทยก็เกิดการเปลี่ยนแปลงอย่างมาก มีการจัดตั้งโรงเรียนตามแบบตะวันตก ซึ่งทำให้สามัญชนมีโอกาสได้ศึกษาเรียนรู้ตามโรงเรียน จึงทำให้การสร้างสรรค์ผลงานด้านวรรณกรรมเกิดการเปลี่ยนแปลงด้วย ทั้งรูปแบบการประพันธ์และเนื้อหา วรรณกรรมร่วมสมัยของไทยได้เปลี่ยนความนิยมรูปแบบการประพันธ์จากร้อยกรองมาเป็นร้อยแก้ว ส่วนเนื้อหาของวรรณกรรมนั้น เมื่อก่อนนิยมเขียนเรื่องเกี่ยวกับชนชั้นสูง ต่อมาค่อย ๆ เปลี่ยนเป็นเรื่องที่เกี่ยวกับสังคมในแง่มุมต่าง ๆ และเกี่ยวกับประชาชนทั่วไป ซึ่งถือได้ว่าเนื้อหาการประพันธ์มีความกว้างขวางยิ่งขึ้น

วรรณกรรมร่วมสมัยของไทยที่มีชื่อเสียงมีจำนวนเยอะพอสมควร เช่น สนุกนิ์นึก ของพระเจ้าบรมวงศ์เธอกรมหลวงพิชิตปรีชากร งานแปลเรื่อง ความพยาบาท ของแม่วัน และพระราชพิธีสิบสองเดือน ไกลบ้าน เงาะป่า ลิลิตนิทราชาคริต ของพระบาทสมเด็จพระจุลจอมเกล้าเจ้าอยู่หัว นอกจากนี้แล้วพระบาทสมเด็จพระมงกุฎเกล้าเจ้าอยู่หัว ซึ่งเป็นพระมหากษัตริย์พระองค์แรกที่สำเร็จการศึกษาจากตะวันตก ยังทรงประพันธ์บทความเรื่อง ยิวแห่งบูรพทิศ โคลนติดล้อ และ เมืองไทยจงตื่นเถิด เป็นต้น

❖ คำศัพท์และวลี

มุขปาฐะ	口传；口述（文学）	สันนิษฐาน	推测；推断
ร้อยแก้ว	散文	ร้อยกรอง	韵文；诗词

วุ่นวาย 骚乱；混乱	ขับไล่ 驱逐；驱赶
กอบกู้ 拯救；挽救	ทรุดโทรม 破损；破旧
ปราบปราม 镇压	ชำระ 修订（书籍）
เสียดสี 讽刺；挖苦	ประชดประชัน 讽刺挖苦

แบบฝึกหัด

๑. อธิบายการแบ่งวรรณคดีไทยตามยุคสมัยต่าง ๆ

๒. ยกตัวอย่างวรรณคดีสำคัญของแต่ละยุคสมัยของไทย

๓. อธิบายลักษณะสำคัญด้านภาษาและเนื้อหาของวรรณคดีไทยในแต่ละยุคสมัย

๔. ศึกษาเพิ่มเติมและอภิปรายเกี่ยวกับปัจจัยสำคัญที่ทำให้วรรณคดีหรือวรรณกรรมร่วมสมัยของไทยเกิดการเปลี่ยนแปลง

ความรู้เสริม

นักเขียนสำคัญในยุควรรณกรรมร่วมสมัย

พระยาสุรินทราชา (นกยูง วิเศษกุล) (พ.ศ. ๒๔๑๘ - ๒๔๘๕) ใช้นามปากกาว่า “แม่วัน” แปลเรื่องความพยาบาท จากเรื่อง Vendetta ของ Marie Corelli นักประพันธ์ชาวอังกฤษ ส่งผลให้นักประพันธ์ไทยใช้เป็นแนวแต่งบทประพันธ์ในรูปแบบบันเทิงคดีอย่างกว้างขวาง ดังเช่นหลวงวิลาศปริวรรต (เหลี่ยม วินทุพราหมณกุล) ที่ใช้นามปากกาว่า “ครูเหลี่ยม” นำมาแปลงเป็นเรื่อง ความไม่พยาบาท ซึ่งถือเป็นนวนิยายไทยเรื่องแรก

หม่อมเจ้าอากาศดำเกิง รพีพัฒน์ (พ.ศ. ๒๔๔๘ - ๒๔๗๕) ทรงริเริ่มการประพันธ์ นวนิยายประเภทเสนอข้อคิดและสะท้อนความเปลี่ยนแปลงในสังคม ผลงานสำคัญคือเรื่องละครแห่งชีวิต เป็นนวนิยายชีวิตต่างแดนเรื่องแรก สมบูรณ์ด้วยศิลปะการประพันธ์และมีเนื้อหาให้ข้อคิดและอุดมการณ์ที่ทันสมัย

หม่อมหลวงบุปผา นิมมานเหมินท์ (พ.ศ. ๒๔๔๘ - ๒๕๐๖) ใช้นามปากกาว่า “ดอกไม้สด” เป็น

ผู้ริเริ่มแนวการเขียนนวนิยายชีวิตครอบครัว ผลงานได้รับการยกย่องว่าเป็นวรรณกรรมที่งดงามทั้งด้านเนื้อหาและวรรณศิลป์ เช่น ชัยชนะของหลวงนฤบาล ผู้ดี หนึ่งในร้อย ฯลฯ

พลตรี หม่อมราชวงศ์คึกฤทธิ์ ปราโมช (พ.ศ. ๒๔๕๘ - ๒๕๓๘) ศิลปินแห่งชาติ พ.ศ. ๒๕๒๘ อดีตนายกรัฐมนตรี นักวิชาการ นักหนังสือพิมพ์ และนักประพันธ์ทั้งด้านสารคดีและบันเทิงคดี สร้างสรรค์ผลงานวรรณกรรมไว้เป็นจำนวนมาก นวนิยายที่มีชื่อเสียงที่สุดคือเรื่อง สี่แผ่นดิน ซึ่งได้บันทึกชีวิตความเป็นอยู่ ขนบธรรมเนียมประเพณีวัฒนธรรม และเหตุการณ์สำคัญทางประวัติศาสตร์ตั้งแต่รัชสมัยพระบาทสมเด็จพระจุลจอมเกล้าเจ้าอยู่หัวถึงรัชสมัยพระบาทสมเด็จพระเจ้าอยู่หัวอานันทมหิดล พระอัฐมรามาธิบดินทร์

กุหลาบ สายประดิษฐ์ (พ.ศ. ๒๔๔๘ - ๒๕๑๗) นักหนังสือพิมพ์ นักประพันธ์ ใช้นามปากกาว่า "ศรีบูรพา" เริ่มแรกเขียนนวนิยายและเรื่องสั้นเกี่ยวกับความรัก ต่อมาจึงเปลี่ยนแนวเป็นวรรณกรรมการเมือง ผลงานที่มีชื่อเสียง ได้แก่ ข้างหลังภาพ จนกว่าเราจะพบกันอีก แลไปข้างหน้า ฯลฯ

อัศนี พลจันทร (พ.ศ. ๒๔๖๑ - ๒๕๓๐) นักเขียนและนักหนังสือพิมพ์ ใช้นามปากกาว่า "นายผี" เคยรับราชการเป็นอัยการที่จังหวัดปัตตานี ต่อมามีความเห็นขัดแย้งกับรัฐบาล จึงเข้าร่วมการปฏิวัติกับพรรคคอมมิวนิสต์แห่งประเทศไทย ถือเป็นต้นแบบของกวีคนรุ่นหนุ่มสาว คู่กับ จิตร ภูมิศักดิ์ ผลงานที่สำคัญ เช่น เราชะนะแล้ว แม่จ๋า

จิตร ภูมิศักดิ์ (พ.ศ. ๒๔๗๓ - ๒๕๐๙) นักประวัติศาสตร์ นักภาษาศาสตร์ นักหนังสือพิมพ์ นักเขียน และกวี ใช้นามปากกาหลากหลายชื่อ เช่น "ทีปกร" "จักร ภูมิสิทธิ์" "กวีการเมือง" ฯลฯ ผลงานส่วนใหญ่มักเป็นผลงานการค้นคว้าด้านประวัติศาสตร์ นิรุกติศาสตร์ วรรณคดี และบทกวี

อังคาร กัลยาณพงศ์ (พ.ศ. ๒๔๖๙ - ๒๕๕๕) จิตรกรและกวี ได้รับรางวัลศิลปินแห่งชาติสาขาวรรณศิลป์ (กวีนิพนธ์) พ.ศ. ๒๕๓๒ และรางวัลวรรณกรรมสร้างสรรค์ยอดเยี่ยมแห่งอาเซียน พ.ศ. ๒๕๒๙ มีผลงานกวีนิพนธ์ที่เป็นเอกลักษณ์เฉพาะตน ไม่เคร่งครัดในฉันทลักษณ์ตามแบบโบราณส่งอิทธิพลให้แก่กวีรุ่นต่อมา ผลงานที่มีชื่อเสียง ได้แก่ ลำนำภูกระดึง วักทะเล ปณิธานกวี ฯลฯ

สุกัญญา ชลศึกษ์ (พ.ศ. ๒๔๗๔ - ปัจจุบัน) นักเขียนรางวัลวรรณกรรมสร้างสรรค์ยอดเยี่ยมแห่งอาเซียน พ.ศ. ๒๕๒๘ และศิลปินแห่งชาติสาขาวรรณศิลป์ (นวนิยาย) พ.ศ. ๒๕๓๑ ใช้นามปากกาว่า "กฤษณา อโศกสิน" ประพันธ์นวนิยายชีวิตครอบครัวสะท้อนสังคมจำนวนมาก เช่น ตะวัน

ตกดินเรือมนุษย์ ปูนปิดทอง ฯลฯ

ศักดิ์ชัย บำรุงพงศ์ (พ.ศ. ๒๔๖๑ - ๒๕๕๗) ศิลปินแห่งชาติ สาขาวรรณศิลป์ (นวนิยาย) พ.ศ. ๒๕๓๓ ใช้นามปากกาว่า "เสนีย์ เสาวพงศ์" ในการเขียนนวนิยาย เรื่องสั้น และสารคดี ผลงานที่มีชื่อเสียงคือ นวนิยายเรื่องปีศาจ ความรักของวัลยา ฯลฯ

เนาวรัตน์ พงษ์ไพบูลย์ (พ.ศ. ๒๔๘๓ - ปัจจุบัน) กวีรางวัลวรรณกรรมสร้างสรรค์ยอดเยี่ยมแห่งอาเซียน พ.ศ. ๒๕๒๓ และศิลปินแห่งชาติ สาขาวรรณศิลป์ (กวีนิพนธ์) พ.ศ. ๒๕๓๖ นิยมนำเพลงพื้นบ้านมาประยุกต์ใช้ในงานกวีนิพนธ์ ได้แก่ คำหยาด ชักม้าชมเมือง เพียงความเคลื่อนไหว ฯลฯ

ชาติ กอบจิตติ (พ.ศ. ๒๔๙๗ - ปัจจุบัน) นักเขียนรางวัลวรรณกรรมสร้างสรรค์ยอดเยี่ยมแห่งอาเซียน พ.ศ. ๒๕๒๕ และพ.ศ. ๒๕๓๗ ผลงานที่มีชื่อเสียง เช่น คำพิพากษา พันธุ์หมาบ้า เวลา ฯลฯ

(ที่มา กระทรวงวัฒนธรรมไทย. ๒๕๕๗.ศิลปวัฒนธรรมไทย.)

❖ คำศัพท์และวลี

อัยการ 检察官	นิรุกติศาสตร์ 词源学；语源学
เคร่งครัด 严格	

ความรู้ที่เกี่ยวข้อง

东盟文学奖

东盟文学奖（S.E.A. Write Award）全称为“Southeast Asian Writers Award”，设立于1979年，是一项为东盟十国诗人、作家颁发的年度奖项。颁奖典礼在泰国曼谷举行，由泰国王室成员作为颁奖嘉宾。该奖项设立初期，只有5个成员国，包括印度尼西亚、马来西亚、菲律宾、新加坡和泰国。随后，在1984年、1995年、1997年、1999年，文莱、老挝、缅甸、柬埔寨先后依次加入该奖项评选，成为成员国之一。

获奖的作品体裁多样，包括诗歌、短篇小说、长篇小说、舞台剧、传记及宗教作品等。

1979年泰国作家康鹏·布他维（คำพูน บุญทวี）以小说《东北孩子》（*ลูกอีสาน*）获

得东盟文学奖，成为首位获得该奖项的泰国作家。泰国作家查·高吉迪于1982年和1994年分别以《时间》（เวลา）、《判决》（คำพิพากษา）先后两次荣获东盟文学奖。此外，两次获得该奖项的泰国作家还有维·廖瓦林（วินทร์   เลียววาริณ），他于1997年和1999年分别以《平行线上的民主》（ประชาธิปไตยบนเส้นทางขนาน）、《被称为"人"的生物》（สิ่งมีชีวิตที่เรียกว่าคน）获此殊荣。

บทที่ ๑๐
สถาปัตยกรรมไทย

จุดประสงค์การเรียนรู้

๑. นักศึกษาสามารถอธิบายการแบ่งประเภทของสถาปัตยกรรมไทยได้

๒. นักศึกษาสามารถอธิบายประเภทและลักษณะสำคัญของเรือนไทยได้

๓. นักศึกษาสามารถอธิบายประเภทและลักษณะสำคัญของสถาปัตยกรรมไทยในแต่ละยุคสมัย
ได้

๔. นักศึกษาสามารถอธิบายปัจจัยสำคัญที่มีอิทธิพลต่อสถาปัตยกรรมไทยในแต่ละยุคสมัยได้

สถาปัตยกรรมเป็นศิลปะและเทคนิคในการก่อสร้างอาคาร ที่พักอาศัย และศาสนาสถาน เป็นต้น สถาปัตยกรรมไทยมีวิวัฒนาการด้านรูปแบบตามยุคสมัยและสภาพแวดล้อมของสังคม รวมทั้งคติความเชื่อในการออกแบบและก่อสร้าง

ลักษณะเด่นของสถาปัตยกรรมไทยมีความเกี่ยวเนื่องสัมพันธ์กับการปกครองและศาสนา โดยเฉพาะเรื่องของคตินิยมและรูปแบบในการก่อสร้างที่เกิดจากพื้นฐานภูมิปัญญาของคนในท้องถิ่น อิทธิพลสภาพแวดล้อมทางกายภาพ รวมทั้งสังคมและวัฒนธรรมก็มีส่วนสำคัญในการกำหนดรูปแบบ ทรวดทรง ส่วนสัด ความงาม และประโยชน์ใช้สอยของสถาปัตยกรรมไทยในแต่ละท้องถิ่น หากจะแบ่งลักษณะของสถาปัตยกรรมไทยแบบกว้าง ๆ สามารถแบ่งออกเป็น ๒ ประเภท ได้แก่

๑) สถาปัตยกรรมไทยประเภทที่อยู่อาศัย มีลักษณะเด่นอยู่ที่การจัดสร้างขึ้นตามฐานานุศักดิ์ ของผู้อยู่อาศัย เช่น พระที่นั่ง พระตำหนัก วังเจ้านาย จัดเป็นสถาปัตยกรรมที่ใช้สำหรับเป็นที่อยู่ อาศัยของพระมหากษัตริย์ พระบรมราชวงศ์ และเจ้านาย ในส่วนของที่อยู่อาศัยสามัญทั่วไปได้แก่ บ้าน เรือน ใช้สำหรับเป็นที่อยู่อาศัยของราษฎรสามัญทั่วไป เฉพาะอย่างยิ่งสถาปัตยกรรมในรูป แบบของเรือนไทย ถือเป็นจุดเริ่มต้นของสถาปัตยกรรมไทยประเภทที่อยู่อาศัย

เรือนไทยเป็นที่อยู่อาศัยของคนไทยมาแต่เดิม สร้างขึ้นด้วยไม้เป็นส่วนใหญ่ สามารถแบ่งเป็นประเภทใหญ่ได้ ๒ ลักษณะ คือ เรือนเครื่องผูก เป็นเรือนที่ใช้วัสดุก่อสร้างที่ไม่คงทนถาวร เช่น ไม้ไผ่ หลังคามุงด้วยแฝกหรือหญ้าคา ต่อมามีการผสมผสานการใช้วัสดุจนมีรูปแบบคลี่คลาย กลายเป็นเรือนพื้นถิ่น ซึ่งปรากฏพบในแต่ละภูมิภาค เรือนเครื่องสับ มีความคงทนถาวรกว่า เนื่องจากสร้างด้วยไม้เนื้อแข็งและมีกรรมวิธีก่อสร้างที่มีรายละเอียดมากกว่า เช่น การเข้าปากไม้เข้าลิ้น เข้าเดือย ซึ่งมีความสัมพันธ์กับวัสดุที่ใช้ในการก่อสร้าง รูปแบบและแผนผัง ตลอดจนคติความเชื่อในการปลูกเรือน แม้จะมีความแตกต่างกันในแต่ละภูมิภาค เช่น เรือนกาแล (ภาคเหนือ) เรือนพาไล (ภาคกลาง) เรือนทรงปั้นหยา (ภาคใต้) ขึ้นอยู่กับสภาพแวดล้อมและการรับอิทธิพลจากแหล่งต่าง ๆ เข้ามาผสมผสานปรับแต่งเรือน

นอกจากนี้สถาปัตยกรรมประเภทเรือนไทยที่ถูกสร้างเป็นที่อยู่อาศัยของพระสงฆ์ คือกุฏิสงฆ์ทั้งหลายก็มีการปลูกสร้างหลายลักษณะมีทั้งที่เป็นเรือนเครื่องผูกสำหรับพระสงฆ์ แต่ที่นิยมในการปลูกสร้างกันมากคือ เรือนเครื่องสับ โดยเฉพาะมีเรือนจำนวนมากเคยเป็นที่อยู่อาศัยของประชาชนแล้วต่อมานำมาปลูกถวายเป็นกุฏิให้กับพระสงฆ์จำพรรษาในวัด แต่ยุคปัจจุบันได้เปลี่ยนแปลงค่านิยมในการปลูกสร้างจากรูปแบบเรือนไทยไปแล้ว

๒) สถาปัตยกรรมไทยประเภทศาสนา ส่วนใหญ่มีหลักฐานการสร้างตั้งแต่สมัยทวารวดี ศรีวิชัย ลพบุรีหรือศิลปะขอมในประเทศไทย วิวัฒนาการของสถาปัตยกรรมไทยประเภทนี้ที่เกี่ยวข้องกับศาสนาพราหมณ์ฮินดูได้แก่ ปราสาทหรือเทวาลัย ระเบียงคด บรรณาลัย ศาลาเปลื้องเครื่อง โคปุระ สะพาน เป็นต้น สิ่งก่อสร้างที่เกี่ยวข้องกับพระพุทธศาสนามหายานได้แก่ ปราสาทที่สร้างถวายแด่พระรัตนตรัยมหายาน รวมทั้งรูปเคารพสำคัญ คือ พระพุทธรูปนาคปรก พระโพธิสัตว์อวโลกิเตศวร และนางปรัชญาปารมิตา ฯลฯ สถาปัตยกรรมที่เกี่ยวข้องสัมพันธ์กับพุทธศาสนาเถรวาทมักนิยมสร้าง สถูปเจดีย์ พุทธปรางค์ โบสถ์หรืออุโบสถ วิหาร มณฑป พระวิหารคด ศาลาการเปรียญ ศาลาราย เจดีย์ราย หอระฆัง หอไตร เป็นต้น

คตินิยมในการสร้างสถาปัตยกรรมไทยประเภทนี้มักมีความสัมพันธ์เกี่ยวข้องกับพุทธศาสนาและการปกครองเป็นสำคัญ นับตั้งแต่การกำหนดให้มีการสร้างศาสนาสถานขึ้นในกลางเมือง การกำหนดเขตวิสุงคามสีมา มีการแบ่งพื้นที่ระหว่างเขตพุทธาวาส และเขตสังฆาวาส แม้กระทั่งการ

กำหนดให้มีพื้นที่วัดอรัญวาสีและวัดคามวาสีในแต่ละเมือง

สถาปัตยกรรมไทยประเพณี เป็นศิลปะที่เกิดขึ้นภายหลังพุทธศตวรรษที่ ๑๙ รูปแบบทางสถาปัตยกรรมเกิดจากการบูรณาการลักษณะเด่นของศิลปะสถาปัตยกรรมที่เคยเจริญรุ่งเรืองภายในอาณาจักรต่าง ๆ ที่มีมาก่อนหน้านั้น ปรับให้เข้ากับคติความเชื่อทางศาสนา โดยเฉพาะอย่างยิ่งพุทธศาสนาแบบลังกาซึ่งเข้ามามีบทบาทสำคัญในการสร้างอาณาจักรล้านนา อาณาจักรสุโขทัย และอาณาจักรอยุธยานับตั้งแต่พุทธศตวรรษที่ ๑๙ เป็นต้นมา

สถาปัตยกรรมเชียงแสนล้านนา ส่วนใหญ่เป็นสถาปัตยกรรมที่เหลืออยู่เป็นจำนวนมาก มีอายุไม่เก่าไปกว่าการสร้างเมืองเชียงใหม่เป็นราชธานีในปี พ.ศ. ๑๘๓๙ สถาปัตยกรรมที่สร้างขึ้นในยุคแรกราวพุทธศตวรรษที่ ๑๖ แสดงให้เห็นถึงอิทธิพลที่สืบทอดมาจากรูปแบบเจดีย์ในศิลปะแบบทวารวดีได้แก่ ภายในวัดกู่กุด (ลำพูน) สุวรรณเจดีย์รับอิทธิพลรูปแบบทางสถาปัตยกรรมมาจากเจดีย์กู่กุด ส่วนเจดีย์วัดเชียงยืนรับอิทธิพลรูปแบบสถาปัตยกรรมแบบศรีวิชัย เจดีย์ทั้งสององค์อยู่ภายในวัดพระธาตุหริภุญไชย (ลำพูน) รูปแบบสถาปัตยกรรมล้านนาสามารถแบ่งเป็นประเภทใหญ่ๆ ได้ ๒ ประเภท คือ รูปแบบอาคารประเภทโบสถ์และวิหารมีรูปแบบเฉพาะ ในการวางผังของวัดกำหนดว่าในเขตพุทธาวาสมีวิหารหลวงอยู่ด้านหน้าสถูปเจดีย์ เช่น วิหารลายคำที่วัดพระสิงห์ (เชียงใหม่) รูปแบบสถูปเจดีย์ส่วนใหญ่ในดินแดนอาณาจักรล้านนา ได้รับอิทธิพลมาจากศิลปะสุโขทัยและศิลปะจากแหล่งอื่นเข้ามาปะปน เช่น ศิลปะศรีวิชัยและศิลปะแบบทวารวดี ตัวอย่างรูปแบบเจดีย์วัดป่าสักที่เมืองเชียงแสนโบราณ (เชียงราย) แสดงให้เห็นถึงการคลี่คลายทางศิลปะที่มีการผสมผสานรูปแบบและการตกแต่งจนเกิดเป็นเอกลักษณ์ของล้านนา

สถาปัตยกรรมสุโขทัย ปรากฏหลักฐานศิลปะที่มีหลากหลายรูปแบบสืบเนื่องจากการติดต่อสัมพันธ์กับอาณาจักรต่าง ๆ ภายนอก โดยเฉพาะอย่างยิ่งอิทธิพลทางด้านศาสนา มีเมืองสุโขทัย-ศรีสัชนาลัยเป็นศูนย์กลางของรูปแบบศิลปะสถาปัตยกรรม ซึ่งสามารถแบ่งออกเป็นประเภทใหญ่ ๆ ได้ ๓ ประเภท คือ (๑) สถูปเจดีย์ ได้แก่ เจดีย์ทรงพุ่มข้าวบิณฑ์ เจดีย์ทรงปราสาท (๒) โบสถ์วิหาร ได้แก่ วิหารโถงเป็นรูปแบบอาคารที่นิยมมาก ส่วนวิหารแบบมีผนังก็พบมีหลักฐานการสร้าง ส่วนโบสถ์มีจำนวนน้อยกว่าวิหาร รูปแบบของอาคารมักจะนิยมวางผังเป็นรูปสี่เหลี่ยมผืนผ้า โบสถ์มักจะสร้างให้มีขนาดเล็ก เนื่องจากกิจกรรมทางศาสนาส่วนใหญ่นิยมจัดขึ้นภายในวิหาร (๓) มณฑป

เป็นอาคารที่มักมีผังเป็นรูปสี่เหลี่ยมจัตุรัส มีหลังคาซ้อนขึ้นไปเป็นชั้นๆ ในบางวัดใช้มณฑปเป็นประธานของวัด เช่น มณฑปวัดตระพังทางหลาง และมณฑปวัดพระเชตุพน ทั้งสองแห่งอยู่ที่เมืองสุโขทัย บางแห่งหลังคามณฑปอาจทำลักษณะพิเศษ เช่น มณฑปวัดพญาดำเมืองศรีสัชนาลัย ทำหลังคาเป็นทรงโค้งคล้ายกลีบบัวหรือชามโคม ในช่วงปลายสมัยสุโขทัยก็ปรากฏการสร้างสถาปัตยกรรมที่ได้รับอิทธิพลจากรูปแบบศิลปะอยุธยาเข้ามาผสมผสานในการตกแต่งและก่อสร้าง

สถาปัตยกรรมอยุธยา ในยุคแรกได้รับอิทธิพลศิลปะสถาปัตยกรรมแบบอู่ทองซึ่งเจริญขึ้นในบริเวณเมืองลพบุรี เมืองสรรค์บุรี เมืองชัยนาท เมืองสุพรรณบุรี เมืองราชบุรี รวมทั้งบริเวณเกาะเมืองอยุธยา มีทั้งโบสถ์ วิหาร สถูปเจดีย์ พุทธปรางค์ จนกระทั่งเมืองมีการสถาปนากรุงศรีอยุธยาในปี พ.ศ. ๑๘๙๓ ในช่วงแรกนี้เน้นคตินิยมในการสร้างพระมหาธาตุเจดีย์ในรูปแบบของพุทธปรางค์เป็นประธานของวัด มีการวางผังอย่างเป็นระบบแบบแผน คือวิหารอยู่ด้านหน้าปรางค์ประธาน และมีโบสถ์อยู่ด้านหลังในแนวเดียวกันจากตะวันออกไปสู่ตะวันตก ยุคที่สองตั้งแต่รัชกาลสมเด็จพระบรมไตรโลกนาถไปจนถึงรัชกาลพระเจ้าทรงธรรมได้รับอิทธิพลการสร้างสถาปัตยกรรมจากศิลปะสุโขทัย คือ นิยมการสร้างเจดีย์เป็นประธานของวัด แต่ยังคงรักษาองค์ประกอบในการวางผังวัดเช่นเดิม แต่ได้มีการพัฒนารูปแบบของเจดีย์และการสร้างอาคาร โดยเฉพาะโบสถ์วิหารให้มีขนาดสัดส่วน และรูปแบบงดงามยิ่งขึ้น ในยุคที่สาม ซึ่งถือว่าเป็นยุคสุดท้ายของสถาปัตยกรรม นับตั้งแต่รัชกาลพระเจ้าปราสาททองในปี พ.ศ. ๒๑๗๓ ที่หันกลับมานิยมสร้างพุทธปรางค์ ตลอดจนการจัดผังของวัดก็มีลักษณะกับรูปแบบศิลปะสถาปัตยกรรมเช่นเดียวกับยุคแรก ในรัชกาลต่อ ๆ มาอิทธิพลจากต่างชาติเข้ามาผสมผสานกับสถาปัตยกรรมแบบไทยประเพณี เช่น การสร้างพระราชวังขึ้นที่เมืองลพบุรี ตลอดจนศิลปกรรมแขนงอื่น ๆ และในยุคนี้เกิดความนิยมในการสร้างเจดีย์ย่อเหลี่ยมไม้สิบสอง นอกจากนั้นอาคารทั้งโบสถ์วิหารยังนิยมสร้างให้ฐานและหลังคามีลักษณะแอ่นโค้งแบบทรงสำเภา ลักษณะดังกล่าวนี้ได้รับความนิยมต่อเนื่องจนกระทั่งเสียกรุงศรีอยุธยาในปี พ.ศ. ๒๓๑๐

สถาปัตยกรรมรัตนโกสินทร์ อยู่ในช่วงเวลานับตั้งแต่การสถาปนากรุงเทพฯ เป็นราชธานีในปี พ.ศ. ๒๓๒๕ จนถึงปัจจุบัน ในยุคแรกตั้งแต่รัชกาลที่ ๑-๒ เป็นช่วงของการสร้างบ้านเมืองใหม่ โดยมีความพยายามในการวางผังเมืองและสร้างสรรค์งานตามแบบอย่างเช่นเดียวกับกรุงศรีอยุธยา

โดยเฉพาะประเภทวัดและวัง รวมทั้งการตั้งชื่อวัดและสถานที่ต่าง ๆ จนกระทั่งถึงรัชกาลที่ ๓ รูป แบบของศิลปะสถาปัตยกรรมได้รับอิทธิพลจากศิลปะจีน เช่น ตัวอย่างของการสร้างโบสถ์วิหารที่มี การตัดส่วนประกอบทางสถาปัตยกรรมที่ทำด้วยเครื่องไม้มาแต่เดิมออก ได้แก่ ช่อฟ้า ใบระกา นาค สะดุ้ง หางหงส์ คันทวย บัวหัวเสา แล้วนำศิลปะจีนมาใช้ประดับตกแต่ง สถาปัตยกรรมประเภทที่ อยู่อาศัยก็เปลี่ยนจากอาคารไม้มาเป็นตึกแทน จนกระทั่งถึงรัชกาลที่ ๔ - ๕ สถาปัตยกรรมแบบ ยุโรปเข้ามาแพร่หลาย เช่น การสร้างพระที่นั่งต่าง ๆ ในพระบรมมหาราชวัง การสร้างพระนคร คีรี (เพชรบุรี) พระราชวังบางปะอิน จนเกิดรูปแบบของสถาปัตยกรรมแบบไทยประยุกต์ ส่วน สถาปัตยกรรมแบบไทยประเพณีลดบทบาทความสำคัญลง

(ที่มา หน่วยบริหารวิชาอารยธรรมไทย. ๒๕๔๔.อารยธรรมไทย. กรุงเทพฯ: โครงการเอกสาร
คำสอน คณะอักษรศาสตร์ จุฬาลงกรณ์มหาวิทยาลัย.)

❖ คำศัพท์และวลี

คตินิยม 信仰	ทรวดทรง 形状；形体
ส่วนสัด 比例；尺寸	ประโยชน์ใช้สอย 用处；用途
ฐานานุศักดิ์ 与爵位相符	ปราสาท 宫殿
เทวาลัย 神庙；神龛	สถูปเจดีย์ 佛塔；宝塔
หอไตร 藏经阁	วิสุงคามสีมา 佛寺的地界范围
พุทธาวาส 佛龛；佛像供奉处	สังฆาวาส 僧舍

📋 แบบฝึกหัด

๑. อธิบายการแบ่งประเภทของสถาปัตยกรรมไทย

๒. อธิบายประเภทและลักษณะสำคัญของเรือนไทย

๓. อธิบายลักษณะสำคัญของสถาปัตยกรรมไทยในแต่ละยุคสมัย

๔. อธิบายปัจจัยสำคัญที่มีอิทธิพลต่อสถาปัตยกรรมไทยในแต่ละยุคสมัยได้

📚 ความรู้เสริม

๑. พระบรมมหาราชวัง

พระบรมมหาราชวัง เป็นที่ประทับของพระมหากษัตริย์สมัยกรุงรัตนโกสินทร์ ตั้งแต่รัช
สมัยพระบาทสมเด็จพระพุทธยอดฟ้าจุฬาโลกมหาราชรัชกาลที่ ๑ จนกระทั่งถึงรัชสมัยพระบาท
สมเด็จพระจุลจอมเกล้าเจ้าอยู่หัว รัชกาลที่ ๕ สร้างขึ้นพร้อมสถาปนากรุงรัตนโกสินทร์ เมื่อ
แรกสร้างประกอบด้วย ๓ ส่วน คือ พระมหาปราสาท พระราชมณเฑียรสถาน และวัดพระ
ศรีรัตนศาสดาราม มีเนื้อที่ ๑๓๒ ไร่ ในอดีตบริเวณที่ประทับของพระมหากษัตริย์มีการสร้างวัด
ไว้ภายในบริเวณพระบรมมหาราชวังด้วย เช่น ในสมัยกรุงศรีอยุธยามีการสร้างวัดพระศรีสรร
เพชญ์ภายในที่ตั้งพระบรมมหาราชวัง จึงมีแบบแผนการก่อสร้างที่คล้ายคลึงกับในอดีตโดยมีวัด
พระศรีรัตนศาสดารามอยู่ภายในบริเวณพระบรมมหาราชวัง ต่อมาในสมัยรัชกาลที่ ๔ และรัชกาล
ที่ ๕ เริ่มรับอิทธิพลจากตะวันตกทำให้สถาปัตยกรรมมีลักษณะผสมผสานทางตะวันตกมากขึ้น ใน
ปัจจุบัน พระบรมมหาราชวังใช้เป็นสถานที่ประกอบพระราชพิธีสำคัญต่าง ๆ ตาม พระราชประเพณี
เป็นที่รับแขกเมืองและพระราชอาคันตุกะ รวมทั้งเป็นที่ตั้งพระบรมศพและพระศพของพระบรมวงศา
นุวงศ์ชั้นสูง   พื้นที่พระบรมมหาราชวังจะแบ่งออกเป็นส่วนของวัดพระศรีรัตนศาสดาราม และเขต
พระราชฐาน ซึ่งเป็นพื้นที่สำหรับเป็นที่ประทับและบริหารราชการแผ่นดินของพระมหากษัตริย์

๒. พระที่นั่งอนันตสมาคม

พระที่นั่งอนันตสมาคม เป็นพระที่นั่งในพระราชวังดุสิต กรุงเทพมหานคร พระบาทสมเด็จ
พระจุลจอมเกล้าเจ้าอยู่หัว รัชกาลที่ ๕ โปรดเกล้าฯ ให้สร้างขึ้นในบริเวณสวนดุสิตแทนพระที่นั่ง
อนันตสมาคมองค์เดิมในพระบรมมหาราชวังที่ทรุดโทรมลง โดยมีพระราชประสงค์สร้างเพื่อเป็นที่
รับรองแขกเมืองและใช้สำหรับประชุมปรึกษาราชการแผ่นดิน สถาปัตยกรรมของพระที่นั่งอนันต
สมาคมเป็นรูปแบบอิตาเลียน   เรอเนซองซ์ ก่อสร้างด้วยหินอ่อนสีขาวสั่งตรงมาจากอิตาลี องค์
พระที่นั่งเป็นอาคาร หินอ่อน ๒ ชั้น มีโดมอยู่ตรงกลาง มีโดมเล็ก ๆ โดยรอบ ๖ โดม ชั้นบนเป็น
ห้องโถงขนาดใหญ่   แบ่งเป็นท้องพระโรงหน้าและท้องพระโรงหลัง   บนเพดานโดมของพระที่นั่ง
มีภาพเขียนสีปูนเปียกขนาดใหญ่ที่สวยงามจำนวน ๖ ภาพ แสดงเรื่องราวทางประวัติศาสตร์ของ

พระบรมราชจักรีวงศ์ตั้งแต่รัชกาลที่ ๑ ถึงรัชกาลที่ ๖ ความสำคัญของพระที่นั่งอนันตสมาคม คือ เป็นสถานที่ซึ่งมีเหตุการณ์สำคัญในประวัติศาสตร์ชาติไทยเกิดขึ้นหลายเหตุการณ์ ตัวอย่างเช่น เป็น สถานที่ที่พระบาทสมเด็จพระปกเกล้าเจ้าอยู่หัวพระราชทานรัฐธรรมนูญฉบับถาวรฉบับแรกเมื่อ วันที่ ๑๐ ธันวาคม พ.ศ. ๒๔๗๕ จากนั้นได้ใช้เป็นสถานที่ประชุมรัฐสภาเรื่อยมา แต่ต่อมาได้ย้ายไป จัดประชุมรัฐสภาที่อาคารสำนักงานเลขาธิการรัฐสภาแทน เมื่อปี พ.ศ. ๒๕๔๙ เป็นสถานที่จัดงาน พระราชพิธีฉลองสิริราชสมบัติครบ ๖๐ ปี พระบาทสมเด็จพระปรมินทรมหาภูมิพลอดุลยเดช ซึ่ง มีพระราชอาคันตุกะจาก ๒๕ ประเทศที่มีพระมหากษัตริย์เป็นประมุขเข้าร่วมงาน พระราชพิธีครั้ง นั้นนับเป็นการชุมนุมของพระประมุขจากประเทศต่าง ๆ มากที่สุดในโลก

๓. พระราชวังบางปะอิน

พระราชวังบางปะอินเป็นพระราชวังที่สร้างขึ้นสมัยสมเด็จพระเจ้าปราสาททอง และยังมี บทบาทเป็นพระราชวังฤดูร้อนสำหรับพระมหากษัตริย์กรุงศรีอยุธยาเรื่อยมาจนกระทั่งเสียกรุง ศรีฯ ให้แก่พม่า หลังจากการเสียกรุงพระราชวังบางปะอินก็ได้ถูกปล่อยให้รกร้าง และกลับมาเป็น ที่รู้จักอีกครั้งเมื่อครั้งสุนทรภู่ ซึ่งได้ตามเสด็จรัลกาลที่ ๑ ไปนมัสการพระพุทธบาทสระบุรี และได้ ประพันธ์ถึงพระราชวังบางปะอินไว้ในนิราศพระบาท จนกระทั่งในสมัยรัชกาลที่ ๔ จึงได้เริ่มมีการ บูรณะพระราชวังและได้มีการบูรณะครั้งใหญ่ในสมัยรัชกาลที่ ๕ โดยได้สร้างพระที่นั่ง พระตำหนัก และตำหนักต่าง ๆ ขึ้นเพื่อใช้เป็นที่ประทับรับรองพระราชอาคันตุกะและพระราชทานเลี้ยงในโอกาส ต่าง ๆ รวมถึงพระที่นั่งซึ่งมีความโดดเด่นอย่างพระที่นั่งไอศวรรย์ทิพย์อาสน์ ซึ่งเป็นปราสาทอยู่ กลางสระด้วย โดยพระที่นั่งหลังเดิมนั้นสร้างด้วยเครื่องไม้ทั้งองค์ ต่อมารัชกาลที่ ๖ ทรงโปรดให้ เปลี่ยนเสาและพื้นเป็นคอนกรีตเสริมเหล็กทั้งหมด ปัจจุบัน พระราชวังบางปะอินอยู่ในความดูแล ของสำนักพระราชวัง

๔. พระราชวังจันทรเกษม

พระราชวังจันทรเกษม ตั้งอยู่บริเวณริมแม่น้ำป่าสัก หรือ ที่เรียกว่า "คูขื่อหน้า" ในอดีต ทางด้านทิศเหนือ มุมตะวันออกของเกาะเมืองอยุธยา ใกล้กับตลาดหัวรอ ตำบลหัวรอ อำเภอ พระนครศรีอยุธยา จังหวัดพระนครศรีอยุธยา หลักฐานตามพระราชพงศาวดารสันนิษฐานได้

ว่า พระราชวังจันทรเกษม หรือวังหน้า สร้างขึ้นในรัชสมัยสมเด็จพระมหาธรรมราชา ประมาณ
พุทธศักราช ๒๑๒๐ ด้วยมีพระราชประสงค์เพื่อให้เป็นที่ประทับของสมเด็จพระนเรศวรมหาราช
เมื่อทรงดำรงตำแหน่งพระมหาอุปราชครองเมืองพิษณุโลก ภายหลังเสียกรุงศรีอยุธยาครั้งที่ ๒ ใน
พุทธศักราช ๒๓๑๐ พระราชวังจันทรเกษมได้ถูกทิ้งร้างไป จนกระทั่งในรัชสมัยพระบาทสมเด็จ
พระจอมเกล้าเจ้าอยู่หัวรัชกาลที่๔ แห่งกรุงรัตนโกสินทร์ จึงได้มีการบูรณะและปรับปรุงพระราชวัง
จันทรเกษมขึ้นใหม่ เพื่อใช้สำหรับเป็นที่ประทับเมื่อพระองค์เสด็จประพาสพระนครศรีอยุธยา และ
พระราชทานนามว่า พระราชวังจันทรเกษม ต่อมา พระบาทสมเด็จพระจุลจอมเกล้าเจ้าอยู่หัวรัชกาล
ที่ ๕ ได้พระราชทานพระราชวังจันทรเกษมให้เป็นที่ทำการของมณฑลกรุงเก่า โดยใช้พระที่นั่ง
พิมานรัตยา ซึ่งเป็นหมู่ตึกกลางของพระราชวังเป็นที่ทำการ เมื่อพระยาโบราณราชธานินทร์ได้เข้า
มาดำรงตำแหน่งสมุหเทศาภิบาลมณฑลกรุงเก่าได้จัดสร้างอาคารที่ทำการภาคบริเวณกำแพงวังด้าน
ทิศตะวันตกต่อกับทิศใต้ แล้วย้ายที่ว่าการมณฑลจากพระที่นั่งพิมานรัตยามาตั้งที่อาคารที่ทำการ
ภาคในขณะนั้น

❖ คำศัพท์และวลี

พระราชอาคันตุกะ 来宾；客人	พระที่นั่ง 宫殿
โดม 圆屋顶；穹窿屋顶	ห้องโถง 大厅；厅堂
ท้องพระโรง 朝廷；大殿	ภาพเขียนสีปูนเปียก 壁画
นมัสการ 朝拜；参拜	พระพุทธบาท 佛陀足印
คอนกรีต 混凝土	พระมหาอุปราช 副王
เสด็จประพาส 游幸；宸游	

📷 ความรู้ที่เกี่ยวข้อง

泰国建筑艺术

泰国各个时期的建筑无论是建筑材料还是建筑样式都有自己的特点。

堕罗钵底时期（公元6—11世纪），建筑多为四边形设计，用砖、铁磐石作为建筑主要材料，基座是多级棱边的叠层，木格中多以石灰土或陶制的人物塑像、本生经故事画作为装饰。

室利佛逝时期（公元8—13世纪）的建筑与同一时期印度南部的宗教场所和爪哇中部艺术相似，喜欢建造宫殿式尖顶佛塔，其底座多为十字形或四方形。公元14世纪，阿瑜陀耶文化向南部传播，同时锡兰小乘佛教传入，受以上两方面因素的影响，室利佛逝后期喜欢建造覆钟式佛塔。

华富里文化时期（公元7—13世纪）的建筑多以砂石、铁磐石和砖为材料。已发现的建筑物有印度教和佛教的庙宇、佛塔，建筑样式十分讲究对称。建筑物多伴有水池，喜欢以沟渠、土埂划定正方形或长方形的建筑区域。

兰那时期（公元12—19世纪）的建筑在早期主要有叠层方塔，每层都装饰有尖顶拱形窗或佛龛，塔顶为覆钟式，其特点与蒲甘风格的佛塔相似。现在还能看到的兰那时期的寺庙和佛堂多建于公元18世纪之后，通常为木质建筑，屋顶多为2—3层叠层，檐下的立柱刻有那伽图案。

素可泰时期（公元13—16世纪）的建筑艺术有自身独特的风格。在素可泰王国建立初期，其建筑受到古高棉艺术的影响。随后逐渐形成自己的建筑特色，例如锥形花球状佛塔和莲花苞状佛塔，这类佛塔塔座较高，塔尖呈莲花苞状。此外，该时期还喜欢建造锡兰式佛塔或覆钟式佛塔，有些佛塔在基座上饰以佛像或动物塑像。另一类较为常见的建筑物是带尖顶的四方形宫殿样式精舍，里面供奉一尊与精舍大小相当的佛像。

阿瑜陀耶王朝（公元1350—1767年）早期的建筑一部分是从华富里文化中改变形成的长方形佛塔，另一部分是覆钟式佛塔。该时期建造的佛堂和佛殿呈规整的四边形，在佛堂周围立有界石，佛殿通常建在东边。阿瑜陀耶王朝中期通常建造四面都有走廊的覆钟式佛塔、十二折角方形佛塔和周围有垂状纹路装饰的覆钟式佛塔，佛塔、佛殿建造形式延续早期的建筑风格。17世纪中期出现了用于装饰佛寺的方形佛塔。帕那莱大帝时期，随着与西方国家的接触，出现了西方样式的建筑，喜欢把建筑物的底座设计为弧形，被称为"帆船底座"或"象肚基座"。

吞武里和曼谷王朝初期（公元1767—1851年）的建筑与阿瑜陀耶王朝时期的非常相似。这是由于曼谷王朝的建筑构想是"将国家建设得和繁荣时期的阿瑜陀耶一样美丽"。拉玛一世王时期的大皇宫的建筑蓝图与阿瑜陀耶王朝时期的王宫如出一辙。此外，拉玛一世王还下令将素可泰、阿瑜陀耶城的佛像搬运供奉在京城的佛寺里。后来，拉玛二世王下令在黎明寺建造方形佛塔，该佛塔是根据佛教中的须弥山来建造的，并且用琉璃瓦和中国陶瓷碎片进行装饰。拉玛三世王下令建造并修葺了大量的寺庙，该时期的建筑风格简洁大方。

编者译自 กระทรวงวัฒนธรรม, *ศิลปวัฒนธรรม* (บริษัทอมรินทร์พริ้นติ้ง แอนด์ พับลิชชิ่ง จำกัด, 2014), p.67, p.70, p.72, p.77, p.84, p.96, p.106.

บทที่ ๑๑
ประติมากรรมไทย

จุดประสงค์การเรียนรู้

๑. นักศึกษาสามารถอธิบายการแบ่งประเภทของประติมากรรมไทยได้

๒. นักศึกษาสามารถอธิบายลักษณะเด่นของประติมากรรมไทยในแต่ละยุคสมัยได้

๓. นักศึกษาสามารถอธิบายปัจจัยสำคัญที่มีอิทธิพลต่อประติมากรรมไทยในแต่ละ ยุคสมัยได้

ประติมากรรมไทยมักสร้างสรรค์ด้วยความเลื่อมใสศรัทธาที่มีต่อคติความเชื่อทางศาสนาทั้งพราหมณ์และพุทธศาสนา แนวทางในการสร้างจึงเกิดจากความมุ่งหมาย รูปแบบทางศิลปะวัสดุและเทคนิควิธีการทำให้ปรากฏเป็นเอกลักษณ์ กลายเป็นสกุลช่างในแต่ละท้องถิ่น ประติมากรรมไทยสามารถแบ่งเป็นประเภทใหญ่ ๆ ๒ ประเภทคือ

๑) ประติมากรรมรูปเคารพ ได้แก่ เทวรูป ศิวลึงค์ในศาสนาพราหมณ์ ประติมากรรมรูปพระโพธิสัตว์ของพุทธศาสนามหายาน พระพุทธรูปที่นิยมสร้างตามคติพุทธศาสนาเถรวาท เป็นต้น

๒) ประติมากรรมประดับตกแต่ง นิยมทำเป็นประติมากรรมลวดลายประดับศาสนาสถาน แสดงให้เห็นความนิยมในการสร้างสรรค์ลวดลายที่เกิดจากแรงบันดาลใจของธรรมชาติรวมทั้งอิทธิพลศิลปวัฒนธรรมของชาติต่าง ๆ เข้ามาผสมผสานให้เกิดรูปแบบความงาม นอกจากนี้ยังมีประติมากรรมเล่าเรื่อง สร้างสรรค์ขึ้นจากเรื่องราวทางศาสนาและวรรณกรรม ตลอดจนวัฒนธรรมของชุมชนปรากฏใช้เป็นงานประดับตกแต่งด้วยอีกรูปแบบหนึ่ง

นับตั้งแต่พุทธศตวรรษที่ ๑๙ เป็นต้นมา การสร้างสรรค์ประติมากรรมไทยโดยมีช่างชาวสยามถ่ายทอดรูปแบบแนวความคิดทางศาสนา ได้สื่อแสดงออกให้เป็นรูปธรรมจนกลายเป็นสัญลักษณ์ของความเชื่อ ความศรัทธาทางศาสนาด้วยการสร้างรูปเคารพในศาสนาหรือประติมากรรมที่สื่อแสดงความเป็นมงคลต่าง ๆ ความสำคัญของประติมากรรมไทยจึงมุ่งให้เป็นเรื่องของการถ่ายทอด

คติความเชื่อทางศาสนา สะท้อนภาพทางสังคมวัฒนธรรม การใช้เพื่อประดับตกแต่งศาสนสถาน วัดวาอาราม ปราสาทราชวังตามแต่ความคิดสร้างสรรค์ของช่าง อีกทั้งยังถือว่าเป็นบันทึกทางประวัติศาสตร์ที่มีคุณค่า อย่างหนึ่งของหลักฐานที่มิใช่ลายลักษณ์อักษร

ประติมากรรมในดินแดนสยามประเทศมีหลักฐานปรากฏอยู่เป็นจำนวนมาก โดยเฉพาะตั้งแต่ก่อนพุทธศตวรรษที่ ๑๘ ได้แก่ ประติมากรรมที่ได้รับอิทธิพลจากอินเดีย ลังกา จนกระทั่งถึงศิลปะแบบทวารวดี ลพบุรี และศรีวิชัย แสดงให้เห็นเด่นชัดถึงความต่อเนื่อง ในทั่วไปความสัมพันธ์ทางศาสนาก่อนที่จะมีการสถาปนาอาณาจักรบ้านเมืองของชาวสยามขึ้นในปลายพุทธศตวรรษที่ ๑๘ ดังเช่น ประติมากรรมในศิลปะแบบอู่ทอง เชียงแสน และมีความต่อเนื่องจนเป็นลักษณะเฉพาะของแต่ละสกุลช่างที่จะแสดงจุดเด่นของรูปลักษณ์ทางประติมาณวิทยาให้ปรากฏ

ประติมากรรมศิลปะแบบเชียงแสนหรือศิลปะล้านนาตั้งแต่พุทธศตวรรษที่ ๑๙ ยุคแรกมักจะสร้างเป็นพระพุทธรูปเป็นส่วนใหญ่ แม้ว่าจะมีเค้าศิลปะอินเดียปรากฏอยู่บ้างในยุคแรกที่นิยมเรียกว่า “พระสิงห์ หรือสิงห์หนึ่ง” จุดเด่นที่สังเกตของพระพุทธรูปคือ พระวรกายอวบอ้วน พระอุระงามดังราชสีห์ พระนาภีเป็นลอน ชายผ้าสังฆาฏิพาดบนพระพาหาด้านซ้ายทำเป็นเขี้ยวตะขาบ ส่วนของพระเศียรและพระพักตร์กลม เม็ดพระศกทำเป็นก้นหอยใหญ่ รัศมียอดทำเป็นดอกบัวตูม ประทับขัดสมาธิเพชร การทำพระพุทธรูปในรุ่นต่อ ๆ มามีลักษณะที่คลี่คลายและผสมผสานกับอิทธิพลศิลปะของแหล่งอื่นบ้าง แต่ยังคงเค้ารูปแบบเอกลักษณ์ของตนเองให้ปรากฏอยู่

ประติมากรรมศิลปะแบบสุโขทัยในราวพุทธศตวรรษที่ ๑๙-๒๐ คือยุคพัฒนาการสูงสุดในการแสดงความงามและเทคนิควิธีการสร้าง โดยมีจุดเด่นที่การสร้างพระพุทธรูปด้วยพุทธลักษณะที่ลงตัว ได้ส่วนสัดและมีความงดงาม เช่น พระพุทธชินราช นอกจากนี้ยังนิยมสร้างพระพุทธรูปในปางต่าง ๆ เช่น นั่ง ยืน เดิน นอน แต่ที่นิยมสร้างมากคือ ปางมารวิชัย ประติมากรรมที่เป็นสัญลักษณ์ทางศาสนามีอยู่บ้าง เช่น รอยพระพุทธบาท แม้แต่การสร้างเทวรูปก็ยังแสดงลักษณะเฉพาะของประติมากรรมในศิลปะสุโขทัย ในส่วนของการทำประติมากรรมตกแต่ง เช่น ภาพแกะสลัก งานปูนปั้นประดับสถาปัตยกรรมที่วิหารวัดนางพญา เมืองศรีสัชนาลัย ประติมากรรมประดับฐานเจดีย์ อีกทั้งมีการนำเอาสังคโลกมาใช้เพื่อประดับตกแต่งอาคารศาสนสถานเป็นจำนวนมาก

ประติมากรรมศิลปะแบบอู่ทองที่เจริญอยู่ในช่วงพุทธศตวรรษที่ ๑๗-๒๐ เกิดจากช่างชาว

สยามได้ผสมผสานรูปแบบประติมากรรมของศิลปะแบบทวารวดีกับศิลปะแบบลพบุรีเข้าด้วย กัน   จนกระทั่งต่อมารูปแบบได้คลี่คลายส่งอิทธิพลต่อประติมากรรมในศิลปะอยุธยายุคต้นใน พุทธศตวรรษที่ ๒๐ เป็นต้นมา ตัวอย่างพระพุทธรูปสำคัญ ได้แก่ เศียรพระพุทธรูปวัดธรรมิกราช (พระนครศรีอยุธยา) หลวงพ่อโตวัดป่าเลไลยก์ (สุพรรณบุรี) ประติมากรรมประดับที่สำคัญ คือ ภาพทศชาติ ทำด้วยปูนปั้น ประดับฝาด้านหุ้มกลองด้านนอกข้างหน้าวิหารวัดไลย์ ลพบุรี เป็นต้น

ประติมากรรมศิลปะอยุธยาในยุคเริ่มแรกได้รับอิทธิพลมาจากศิลปะแบบอู่ทองโดยเฉพาะรูป แบบในการสร้างพระพุทธรูป จนกระทั่งในราวกลางพุทธศตวรรษที่ ๒๑ เมื่อผนวกดินแดนของ สุโขทัยรวมเข้ากับอาณาจักรอยุธยา รูปแบบของประติมากรรมอยุธยาก็ปรากฏว่า มีอิทธิพลศิลปะ แบบสุโขทัยเข้ามาผสมผสานอย่างเด่นชัด ต่อมาจึงได้มีแนวคิดที่ผสมผสานระหว่างศาสนา การ ปกครอง และวัฒนธรรมโดยเฉพาะพุทธศตวรรษที่ ๒๒-๒๓ ประติมากรรมไทยประเพณีได้มีการ สร้างสรรค์มากขึ้น นอกจากการสร้างพระพุทธรูป พระแผงแล้ว ยังมีงานประติมากรรมประดับ ตามศาสนสถาน ปราสาทราชวัง งานประณีตศิลปะที่ทำด้วยเครื่องไม้ เครื่องมุก เช่น หน้าบัน ประตู ธรรมาสน์ ตู้เก็บคัมภีร์พระไตรปิฎก เป็นต้น

ประติมากรรมศิลปะแบบรัตนโกสินทร์ตั้งแต่รัชกาลที่ ๑-๒ ไม่ปรากฏการสร้างพระพุทธรูป มากนัก ส่วนใหญ่การสร้างยังคงนิยมรูปแบบของศิลปะอยุธยา จนกระทั่งถึงสมัยรัชกาลที่ ๓ ได้มี การสร้างพระพุทธรูปปางต่าง ๆ เพิ่มขึ้นอีกถึง ๔๐ ปาง ปัจจุบันพระพุทธรูปปางต่าง ๆ ที่สร้างในยุค แรกนี้ประดิษฐานอยู่ในหอราชพงศานุสรณ์ และหอราชกรมานุสรณ์ ในวัดพระศรีรัตนศาสดาราม เพื่ออุทิศถวายแด่พระมหากษัตริย์ในสมัยอยุธยา กรุงธนบุรี และรัตนโกสินทร์ตอนต้น และได้กลาย เป็นต้นแบบในการสร้างพระพุทธรูปในศิลปะแบบรัตนโกสินทร์ เมื่อถึงรัชกาลที่ ๔ แนวคิดในการ สร้างพระพุทธรูปเปลี่ยนแปลงไป   กล่าวคือเริ่มมีแนวการสร้างพระพุทธรูปให้มีพระวรกายคล้าย มนุษย์ธรรมดาสามัญ สำหรับงานประณีตศิลป์ยังคงทำตามแบบแผนศิลปะอยุธยา โดยเฉพาะการ เขียนลายรดน้ำปิดทอง งานประดับมุก บนสิ่งของเครื่องใช้ต่าง ๆ รวมทั้งการประดับตกแต่งงาน สถาปัตยกรรมด้วย

(ที่มา หน่วยบริหารวิชาอารยธรรมไทย. ๒๕๔๔.อารยธรรมไทย. กรุงเทพฯ: โครงการเอกสาร

คำสอน คณะอักษรศาสตร์ จุฬาลงกรณ์มหาวิทยาลัย.)

❖ คำศัพท์และวลี

เทวรูป　神像	ศิวลึงค์　湿婆林伽
พุทธศาสนามหายาน　大乘佛教	พุทธศาสนาเถรวาท　小乘佛教
ลายลักษณ์อักษร　文字	เค้า　轮廓；雏形
พระวรกาย　身体	อวบอ้วน　丰盈；丰满
พระอุระ　胸膛	พระนาภี　肚脐
พระเศียร　头	เม็ดพระศก　头发
ผนวก　添加；增补	ประณีตศิลป์　美术
หน้าบัน　（宫殿、佛殿的）山墙	ธรรมาสน์　法座

📋 แบบฝึกหัด

๑. อธิบายการแบ่งประเภทของประติมากรรมไทย

๒. สรุปและอธิบายลักษณะเด่นของประติมากรรมไทยในแต่ละยุคสมัย

๓. อธิบายปัจจัยสำคัญที่มีอิทธิพลต่อประติมากรรมไทยในแต่ละยุคสมัย

📚 ความรู้เสริม

๑. พระพุทธมหามณีรัตน์ปฏิมากร (พระแก้วมรกต)

วัดพระศรีรัตนศาสดาราม กรุงเทพมหานคร

ตามประวัติกล่าวว่า พระแก้วมรกตพระองค์นี้ เทวดาสร้างถวายพระอรหันต์องค์หนึ่ง มีนาม
ว่า "พระนาคเสนเถระ" แห่งเมืองปาตลีบุตรในอินเดีย พระนาคเสนได้อธิษฐานอาราธนาพระบรม
สารีริกธาตุของสมเด็จพระสัมมนาสัมพุทธเจ้าให้ประดิษฐานอยู่ในองค์พระแก้วมรกต ๗ พระองค์
คือ ในพระโมฬี พระนลาฏ พระอุระ พระอังสาทั้ง ๒ ข้าง พระชานุทั้ง ๒ ข้าง ต่อมาพระแก้ว

มรกตได้ตกไปอยู่ที่เมืองลังกา เมืองกัมโพช เมืองศรีอยุธยา เมืองละโว้ เมืองกำแพงเพชร และเมืองเชียงรายตามลำดับ เจ้าเมืองเชียงรายได้เอาปูนทาแล้วลงรักปิดทอง นำไปบรรจุไว้ในพระเจดีย์ที่เมืองเชียงราย เพื่อซ่อนเร้นจากศัตรู

เมื่อ พ.ศ. ๑๙๗๙ เกิดฟ้าผ่าที่องค์เจดีย์ ชาวเมืองได้เห็นพระพุทธรูปปิดทองปรากฏอยู่ คิดว่าเป็นพระพุทธรูปศิลาทั่วไป จึงได้อัญเชิญไปไว้ในวิหารในวัดแห่งหนึ่ง ต่อมาปูนที่ลงรักปิดทองได้กะเทาะออกที่ปลายพระนาสิก เห็นเป็นเนื้อแก้วสีเขียว จึงได้แกะปูนออกทั้งองค์ จึงพบว่าเป็นพระพุทธรูปแก้วทึบทั้งองค์ ผู้คนจึงพากันไปนมัสการ พระเจ้าสามฝั่งแกน เจ้าเมืองเชียงใหม่ จึงจัดกระบวนไปอัญเชิญพระแก้วมรกตมาเชียงใหม่ แต่ช้างที่ใช้อัญเชิญได้หันเหไปทางลำปางถึงสามครั้ง จึงต้องยอมให้อัญเชิญไปประดิษฐานที่นครลำปางถึง ๓๒ ปี ที่วัดพระแก้ว ยังปรากฏอยู่ถึงปัจจุบันนี้

เมื่อ พ.ศ. ๒๐๑๑ พระเจ้าติโลกราชครองเมืองเชียงใหม่ ได้อัญเชิญพระแก้วมรกตมาประดิษฐานที่เมืองเชียงใหม่เป็นเวลา ๘๔ ปี ต่อมาเมื่อ พ.ศ. ๒๐๙๔ พระเจ้าไชยเชษฐา โอรสพระเจ้าโพธิสารซึ่งเป็นพระเจ้ากรุงศรีสัตนาคนหุต (เวียงจันทน์) ได้ครองเมืองเชียงใหม่ต่อจากพระอัยกา ครั้นเมื่อพระเจ้าโพธิสารทิวงคต ทางกรุงศรี สัตนาคนหุตจึงเชิญพระเจ้าไชยเชษฐากลับไปเมืองหลวงพระบาง จึงได้อัญเชิญพระแก้วมรกตไปด้วย เมื่อ พ.ศ. ๒๐๙๕ และได้ประดิษฐานอยู่ที่เมืองหลวงพระบาง ๑๒ ปี ต่อมาเมื่อ พ.ศ. ๒๑๐๗ ได้ย้ายราชธานีไปอยู่ที่เมืองเวียงจันทน์ และได้อัญเชิญพระแก้วมรกตไปด้วย พระแก้วมรกตได้ประดิษฐานอยู่ที่เมืองเวียงจันทน์อีก ๒๑๔ ปี

เมื่อ พ.ศ. ๒๓๒๑ พระบาทสมเด็จพระพุทธยอดฟ้าจุฬาโลกมหาราช ขณะที่ ทรงดำรงพระยศเป็นสมเด็จเจ้าพระยามหากษัตริย์ศึกได้ยกกองทัพไปตีได้เมืองเวียงจันทน์ และได้อัญเชิญพระแก้วมรกตพร้อมกับพระบางมายังกรุงธนบุรี ได้ประดิษฐานไว้ ณ โรงพระแก้วในบริเวณพระราชวังเดิม ต่อมาเมื่อพระบาทสมเด็จพระพุทธยอดฟ้าจุฬาโลก ฯ ได้ครองราชย์เมื่อ พ.ศ. ๒๓๒๕ ได้ทรงโปรดให้ประดิษฐานพระแก้วมรกตในพระอุโบสถวัดพระศรีรัตนศาสดารามเมื่อ พ.ศ. ๒๓๒๗

๒. พระพุทธชินราช

วัดพระศรีรัตนมหาธาตุ พิษณุโลก

พระพุทธชินราชเป็นพระพุทธรูปปางมารวิชัยที่มีลักษณะงดงามที่สุดในโลก มีขนาดหน้าตักกว้าง ๕ ศอก ๑ คืบ ๕ นิ้ว (๒.๘๗๕ เมตร) สูง ๗ ศอก (๓.๕ เมตร) หล่อด้วยทองสัมฤทธิ์ขัดเงาเกลี้ยง สมเด็จพระเอกาทศรถได้ทรงปิดทองเป็นครั้งแรกเมื่อ พ.ศ. ๒๑๔๖ และเมื่อ พ.ศ. ๒๔๗๘ ได้มีการลงรักปิดทองเต็มองค์อีกครั้งหนึ่ง และเป็นการถาวรอยู่จนทุกวันนี้

พระพุทธชินราชประดิษฐานอยู่ ณ พระวิหารทางทิศตะวันตกของวัด พระศรีรัตนมหาธาตุวรมหาวิหาร องค์พระนั่งขัดสมาธิอยู่บนฐานชุกชีบัวคว่ำบัวหงาย พระพักตร์หันไปทางทิศตะวันตก (ด้านริมน้ำน่าน) พระพุทธชินราชมีซุ้มเรือนแก้วและสลักด้วยไม้สักลงรักปิดทองประดับเบื้องพระปฤษฎางค์ ปราณีตอ่อนช้อยงดงามช่วยเน้นให้พระวรกายของพระพุทธชินราชงดงามเด่นชัดเจนยิ่งขึ้น พระพุทธชินราชเป็นพระพุทธรูปศิลปสุโขทัย แต่มีลักษณะพิเศษที่แตกต่างไปจากสุโขทัยคลาสสิก เพราะมี พระเกศรัศมียาวเป็นเปลวเพลิง วงพระพักตร์ค่อนข้างกลมไม่ยาวรีเหมือนผลมะตูมเช่นพระพุทธรูปสมัยสุโขทัย มีพระอุณาโลมผลิกอยู่ระหว่างพระโขนง พระวรกายอวบอ้วนมีสังฆาฏิยาวปลายหยักเป็นเขี้ยวตะขาบ ฝังด้วยแก้วนิ้วพระหัตถ์ทั้งสี่ยาวเสมอกัน ฝ่าพระบาทแบนราบค่อนข้างแคบเมื่อเทียบกับยุคสุโขทัย ส้นพระบาทยาว มีรูปอาฬวกยักษ์และรูปท้าวเวสสุวัณหล่อด้วยทองสัมฤทธิ์เฝ้าอยู่ที่พระเพลาเบื้องขวาและซ้ายขององค์ตามลำดับ

ตามตำนานการสร้างพระพุทธชินราช พระมหาธรรมราชาที่ ๑ (พญาลิไทย) รัชกาลที่ ๕ แห่งราชวงศ์ ได้โปรดให้สร้างขึ้นเมื่อ พ.ศ. ๑๙๐๐ พระพุทธรูปที่สร้างขึ้นในคราวเดียวกันนั้น มี ๓ องค์ คือ ๑. พระพุทธชินราช ณ วิหารใหญ่ทิศตะวันตก ๒. พระพุทธชินสีห์ ณ วิหารทิศเหนือ และ ๓. พระศรีศาสดา ณ วิหารด้านทิศใต้

พระบาทสมเด็จพระจอมเกล้าเจ้าอยู่หัว ได้ทรงสรรเสริญไว้ว่า พระพุทธชินราช พระพุทธชินสีห์ และพระศรีศาสดา ทั้ง ๓ พระองค์ เป็นพระพุทธปฏิมากรดีล้ำเลิศ ประกอบไปด้วยพุทธลักษณะอันประเสริฐ มีสิริอันเทพยดาหาอภิบาลรักษา ย่อมเป็นที่สักการะบูชานับถือแต่โบราณ

๓. พระพุทธสิหิงค์

พระที่นั่งพุทไธสวรรย์ พระบวรราชวัง

พระพุทธสิหิงค์ เป็นพระพุทธรูปหล่อหุ้มทอง ปางสมาธิ ตามประวัติกล่าวว่า พระเจ้ากรุงลังกา องค์หนึ่งได้สร้างขึ้นไว้ ต่อมาเจ้านครศรีธรรมราชได้ไปขอมาถวายพระร่วงแห่งกรุงสุโขทัย

เมื่อพระบรมราชาธิราชที่ ๑ แห่งกรุงศรีอยุธยาได้กรุงสุโขทัยเป็นเมืองขึ้น จึงได้อัญเชิญพระ พุทธสิหิงค์มาประดิษฐานที่กรุงศรีอยุธยา ต่อมาได้มีผู้นำไปไว้ที่เมืองกำแพงเพชร และที่เชียงราย เมื่อพระเจ้าแสนเมืองมา เจ้านครเชียงใหม่ ยกทัพไปตีเมืองเชียงรายได้ จึงได้อัญเชิญพระพุทธสิหิงค์ มาประดิษฐานที่เชียงใหม่พร้อมกับพระแก้วมรกต เมื่อสมเด็จพระนารายณ์มหาราชตีเมืองเชียงใหม่ ได้เมื่อ พ.ศ. ๒๒๐๕ ได้อัญเชิญพระพุทธสิหิงค์ มาประดิษฐานที่วัดพระศรีสรรเพชญ์กรุงศรีอยุธยา เป็นเวลา ๑๐๕ ปี

เมื่อเสียกรุงศรีอยุธยาแก่พม่าเมื่อ พ.ศ. ๒๓๑๐ ชาวเชียงใหม่ซึ่งสมัยนั้นยังอยู่ข้างพม่าได้ อัญเชิญพระพุทธสิหิงค์กลับไปที่เชียงใหม่

เมื่อมณฑลพายัพได้กลับมาเป็นของไทยในสมัยพระพุทธยอดฟ้าจุฬาโลกมหาราชแห่งกรุง รัตนโกสินทร์ สมเด็จพระบวรราชเจ้ามหาสุรสิงหนาท จึงได้โปรดให้อัญเชิญลงมายังกรุงเทพฯ เมื่อ พ.ศ. ๒๓๓๘ โดยประดิษฐานอยู่ ณ พระที่นั่งพุทไธสวรรย์พระบวรราชวัง

๔. พระนอนจักรสีห์

วัดพระนอนจักรสีห์ จ. สิงห์บุรี

พระพุทธไสยาสน์องค์นี้เป็นพระพุทธรูปที่ใหญ่และยาวที่สุดของประเทศ สร้างมานานเก่าแก่ จนไม่ทราบแน่ชัดว่ามีประวัติความเป็นมาอย่างไร ส่วนใหญ่เป็นเรื่องเล่าในทำนองนิยายปรัมปรา ทำนองเดียวกันกับพระปฐมเจดีย์ เช่น กล่าวว่าพระเจ้า สิงหพาหุเป็นผู้สร้าง แต่ก็ไม่มีใครทราบว่า พระเจ้าพาหุคือผู้ใด ครองเมืองอะไร ในยุคสมัยใด สันนิษฐานว่าสร้างก่อนตั้งกรุงศรีอยุธยาเป็น ราชธานี องค์พระหันพระเศียรไปทางทิศตะวันออก ความยาว ๓ เส้น ๓ วา ๒ ศอก ๑ คืบ ๗ นิ้ว

วัดพระนอนจักรสีห์เป็นพระอารามหลวงชั้นตรี ชนิดวรวิหาร อยู่ที่ตำบล จักรสีห์ อำเภอเมือง จังหวัดสิงหบุรี พื้นที่ของวัดมีขนาดกว้างประมาณ ๗ เส้น (๒๘๐ เมตร) ยาวประมาณ ๑๐ เส้น (๔๐๐ เมตร) สภาพที่เป็นอยู่เมื่อปี พ.ศ.๒๔๒๑ จากพระราชนิพนธ์เรื่อง ระยะทางเสด็จประพาสมณฑลอยุธยา มีว่า "วัดนี้อยู่ห่างแม่น้ำ ๓๐ วา เป็นที่ลุ่มน้ำท่วม ต้องทุบถนนและมีสะพานข้าม รอบวิหารพระนอนมีกำแพงแก้วเตี้ย ๆ ชั้นหนึ่ง ตัวพระวิหาร ยาว ๑ เส้น ๗ วา กว้าง ๑๑ วา เสาข้างในเป็นแปดเหลี่ยม อาการที่พระพุทธไสยาสน์บรรทมไม่เหมือนอย่างกรุงเก่าหรือกรุงเทพฯ พระกรทอดออกไปมากพระเขนยหนุนไม่สู้ชันนัก เป็นบรรทมราบ แต่พระบาทซ้อนกันตรงเหมือนอย่างพระนอนทั้งปวง"

หลักฐานที่มีอยู่ คือ พระเจ้าอยู่หัวบรมโกศได้เสด็จพระราชดำเนินไปทรงนมัสการ เมื่อปีจอฉศก จุลศักราช ๑๑๑๑ ซึ่งตรงกับปี พ.ศ. ๒๒๙๗ และได้เสด็จไปอีกครั้งเมื่อปี พ.ศ. ๒๒๙๙ เพื่อสมโภชฉลอง

ต่อมาสมัยกรุงรัตนโกสินทร์ พระบาทสมเด็จพระจุลจอมเกล้าฯ ได้เสด็จไปทรงนมัสการเมื่อปี พ.ศ. ๒๔๒๑ ในครั้งนั้นพระวิหารและพระนอนชำรุดทรุดโทรมมาก เนื่องจากขาดการบูรณะปฏิสังขรณ์มานาน พระธรรมไตรโลก (อ้น) วัดสุทัศน ได้ทูลขอพระราชทานเงินค่านาสำหรับวัดเพื่อทำการปฏิสังขรณ์ พระองค์ก็ได้มอบถวายให้ และโปรดเกล้าฯ ให้สมเด็จเจ้าฟ้ากรมพระบำราศปรปักษ์เป็นที่ปรึกษาการปฏิสังขรณ์ทำเสร็จในปี พ.ศ. ๒๔๒๘ การปฏิสังขรณ์ครั้งล่าสุดทำเมื่อปี พ.ศ. ๒๕๑๐

❖ คำศัพท์และวลี

พระอรหันต์　阿罗汉佛；佛陀	อาราธนา　祈求；献给
พระบรมสารีริกธาตุ　佛骨舍利	พระนลาฏ　额头
พระอังสา　肩膀	พระชานุ　膝盖
ลงรัก　涂上黑漆（以便贴金箔）	ศิลา　石、岩石
กะเทาะ　脱落；剥落	ปลายพระนาสิก　鼻尖
ทึบ　实心	หันเห　转向、扭转

ทิวงคต 薨；逝世	ทองสัมฤทธิ์ 青铜
ชุกชี 佛台	พระปฤษฎางค์ 背部；后背
พระเกศ 头发	เปลวเพลิง 火焰
ยาวรี 细长；修长	พระอุณาโลม 两眉间的寒毛
พระโขนง 眉	ฝ่าพระบาท 脚掌
ส้นพระบาท 脚后跟	พระเพลา 膝；腿
สรรเสริญ 赞美；歌颂	ประเสริฐ 杰出；卓杰
พระพุทธไสยาสน์ 卧佛	ปรัมปรา 古老；古代流传下来
พระกร 手	เขนย 枕；倚枕
ชัน 陡；竖立	สมโภช 庆典；庆祝
ชำรุดทรุดโทรม 残破；衰败	

ความรู้ที่เกี่ยวข้อง

泰国造型艺术

泰国各个时期的造型艺术各有特点。

堕罗钵底时期（公元6—11世纪）的造型艺术品主要发现于泰国中部、东北部。这些艺术品大多与宗教有关，例如佛像、菩萨、法轮、界石、石钟、银币等。与印度教相关的艺术品有湿婆林伽，在造型和特点方面与印度笈多时期和后笈多时期的艺术相似。此外，还发现了该时期的一些用具，例如陶制油灯、陶制印章、装饰用的石珠等。

室利佛逝时期（公元8—13世纪）出土的文物有神像，例如观音菩萨像、般若佛母像、度母像等。此外，还发现了印度教神像，例如毗湿奴像、湿婆林伽像等。

华富里文化时期（公元7—13世纪）的造型艺术品多为砂石和青铜制成的佛教和印度教神像。此外，还造有部分青铜用具，例如武器、器皿、装饰品等。该时期制造了各种样式的硬质陶器器皿，并上有绿色和棕色的彩釉。

兰那时期（公元12—19世纪）的造型艺术在早期主要是神像，如佛像、模压小佛像等，其风格与中部堕罗钵底艺术相似。随后，与素可泰艺术逐步融合，发展出独具特色的兰那造型艺术。此外,该时期还制造了装饰有花纹的绿色和棕色彩釉硬质陶器器皿。

素可泰时期(公元13—16世纪)的造型艺术大多由石头、青铜制造而成,例如佛像和神像。这些造像多以伟大人物形象为原型,但增加了柔美的感觉。此外,还制造了陶瓷、金属的模压小佛像和佛陀足印。素可泰时期还出现了著名的宋迦洛瓷器,学者们推断宋迦洛瓷器是素可泰王朝到阿瑜陀耶王朝早期较为重要的商品之一。

阿瑜陀耶王朝(公元1350—1767年)早期的造型艺术与建筑艺术相似,大多为华富里艺术风格的佛像。阿瑜陀耶王朝中期以盛装佛像和轻装佛像为主,同时还有印度教的神像。此外,该时期的匠人还制作了装饰有贝壳的木雕和描金木制品,例如佛经柜、佛经箱子等。该时期的陶瓷制品主要是五彩瓷,其主要色彩包括黑色、红色、白色、黄色、绿色或蓝色等。这些陶瓷制品主要是宫廷负责设计,由中国工匠制作而成,并深受王室、大臣和上流社会喜爱。

曼谷王朝初期的造型艺术主要延续了阿瑜陀耶王朝的风格。拉玛三世王倡导研学佛教史,从中挑选了一些佛像姿态进行补充,使原有的佛像姿态增加到40种,并下令铸造了两尊立式青铜佛像,供奉在大皇宫玉佛寺的佛殿里。

编者译自 กระทรวงวัฒนธรรม, ศิลปวัฒนธรรม (บริษัทอมรินทร์พริ้นติ้งแอนด์ พับลิชชิ่ง จำกัด, 2014), p.68, p.70, p.74, p.78, pp.86–89, p.98, p.108.

บทที่ ๑๒
จิตรกรรมไทย

จุดประสงค์การเรียนรู้

๑. นักศึกษาสามารถอธิบายความหมายของจิตรกรรมไทยได้

๒. นักศึกษาสามารถอธิบายความหมายและที่มาของลายไทยได้

๓. นักศึกษาสามารถอธิบายความสำคัญของจิตรกรรมไทยได้

๔. นักศึกษาสามารถอธิบายการแบ่งประเภทตามลักษณะรูปแบบทางศิลปกรรมที่ปรากฏในปัจจุบันของจิตรกรรมไทยได้

๕. นักศึกษาสามารถอธิบายลักษณะการใช้สีของจิตรกรรมไทยสมัยรัตนโกสินทร์ได้

๖. นักศึกษาสามารถอธิ… ที่มีผมต่อการสร้างสรรค์ผลงานจิตรกรรมแบบร่วมสมัยของไทยได้

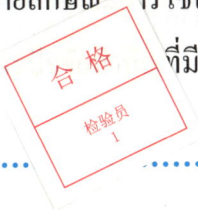

จิตรกรรมไทย หมายถึง ภาพเขียนที่มีลักษณะเป็นแบบอย่างของไทยที่แตกต่างจากศิลปะของชนชาติอื่นอย่างชัดเจน ถึงแม้จะมีอิทธิพลศิลปะของชาติอื่นอยู่บ้าง แต่ก็สามารถดัดแปลง คลี่คลายตัดทอน หรือเพิ่มเติมจนเป็นเอกลักษณ์เฉพาะของตนเองได้อย่างสวยงาม ลงตัว น่าภาคภูมิใจ และมีวิวัฒนาการทางด้านรูปแบบ และวิธีการมาตลอดจนถึงปัจจุบัน ซึ่งสามารถพัฒนาต่อไปอีกในอนาคต

ลายไทยเป็นส่วนประกอบของภาพเขียนไทยใช้ตกแต่งอาคาร สิ่งของ เครื่องใช้ ต่าง ๆ เครื่องประดับ ฯลฯ เป็นลวดลายที่มีชื่อเรียกต่าง ๆ กันซึ่งนำเอารูปร่างจาก ธรรมชาติมาประกอบ เช่น ลายกนก ลายกระจัง ลายประจำยาม ลายเครือเถา เป็นต้นหรือเป็นรูปที่มาจากความเชื่อและคตินิยม เช่น รูปคน รูปเทวดา รูปสัตว์ รูปยักษ์ เป็นต้น

จิตรกรรมไทยเป็นวิจิตรศิลป์อย่างหนึ่ง ซึ่งส่งผลสะท้อนให้เห็นวัฒนธรรมอันดีงามของชาติ มีคุณค่าทางศิลปะและเป็นประโยชน์ต่อการศึกษาค้นคว้าเรื่องที่เกี่ยวกับ ศาสนา ประวัติศาสตร์

โบราณคดี ชีวิตความเป็นอยู่ วัฒนธรรมการแต่งกาย ตลอดจนการแสดงการเล่นพื้นเมืองต่าง ๆ ของแต่ละยุคสมัยและสาระอื่น ๆ ที่ประกอบกันเป็นภาพจิตรกรรมไทย งานจิตรกรรมให้ความรู้สึกในความงามอันบริสุทธิ์น่าชื่นชม เสริมสร้างสุนทรียภาพขึ้นในจิตใจมวลมนุษยชาติได้โดยทั่วไป วิวัฒนาการของงาน จิตรกรรมไทยแบ่งออกตามลักษณะรูปแบบทางศิลปกรรมที่ปรากฏในปัจจุบันมีอยู่ ๒ แบบ คือ

จิตรกรรมไทยแบบประเพณี

(Thai Traditional Painting) เป็นศิลปะที่มีความประณีตสวยงาม แสดงความรู้สึกชีวิตจิตใจและความเป็นไทยที่มีความอ่อนโยน ละมุนละไม นิยมเขียนบนฝาผนังภายในอาคารที่เกี่ยวกับพุทธศาสนาและอาคารที่เกี่ยวกับบุคคลชั้นสูง เช่น โบสถ์ วิหาร พระที่นั่ง วัง โดยเขียนด้วยสีฝุ่นตามกรรมวิธีของช่างเขียนไทยแต่โบราณ เนื้อหาที่เขียนมักเป็นเรื่องราวเกี่ยวกับพุทธประวัติ ทศชาติชาดก ไตรภูมิ วรรณคดี ชีวิตไทย และพงศาวดารต่าง ๆ ส่วนใหญ่นิยมเขียนประดับผนังพระอุโบสถ วิหารอันเป็นสถานที่ศักดิ์สิทธิ์ประกอบพิธีทางศาสนา

ลักษณะจิตรกรรมไทยแบบประเพณีเป็นศิลปะแบบอุดมคติ (Idealistic) ผนวกเข้ากับเรื่องราวที่กึ่งลึกลับมหัศจรรย์ คล้ายกับงานจิตรกรรมในประเทศแถบตะวันออกหลาย ๆ ประเทศ เช่น อินเดีย ศรีลังกา จีน และญี่ปุ่น เป็นต้น เป็นภาพที่ระบายสีแบนเรียบด้วยสีสดใส และมีการตัดเส้นเป็นภาพ ๒ มิติ ให้ความรู้สึกเพียงด้านกว้างและยาว ไม่มีความลึก ไม่มีการใช้แสงและเงามาประกอบ จิตรกรรมไทยแบบประเพณีมีลักษณะพิเศษในการจัดวางภาพแบบเล่าเรื่องเป็นตอน ๆ ตามผนังช่องหน้าต่างรอบโบสถ์ วิหาร และผนังด้านหน้า และหลังพระประธาน

ภาพจิตรกรรมไทยมีการใช้สีแตกต่างกันออกไปตามยุคสมัย ทั้งเอกรงค์ และพหุรงค์ โดยเฉพาะการใช้สีหลาย ๆ สีแบบพหุรงค์นิยมมากในสมัยรัตนโกสินทร์ เพราะได้สีจากต่างประเทศที่เข้ามาติดต่อค้าขายด้วย ทำให้ภาพจิตรกรรมไทยมีความสวยงามและสีสันที่หลากหลายมากขึ้น

รูปแบบลักษณะตัวภาพในจิตรกรรมไทย จิตรกรได้สร้างสรรค์ออกแบบไว้เป็นรูปแบบอุดมคติ แสดงออกทางความคิดให้สัมพันธ์กับเนื้อเรื่องและความสำคัญของภาพ เช่น รูปเทวดา นางฟ้า กษัตริย์ นางพญา นางรำ มีลักษณะเด่นงามสง่าด้วยลีลาชดช้อย แสดงอารมณ์ความรู้สึกปีติยินดี หรือเศร้าโศกเสียใจด้วยอากัปกิริยาท่าทาง ถ้าเป็นรูปยักษ์ มาร ก็แสดงออกด้วยท่าทางที่

บึกบึน แข็งขัน ส่วนพวกวานรแสดงความลิงโลด คล่องแคล่วว่องไว ด้วยลีลาท่วงท่าและหน้าตา สำหรับพวกชาวบ้านธรรมดาสามัญก็จะเน้นความตลกขบขัน สนุกสนานร่าเริงหรือเศร้าเสียใจ ออกทางใบหน้า ส่วนช้างม้าเหล่าสัตว์ทั้งหลายก็มีรูปแบบแสดงชีวิตเป็นธรรมชาติ ซึ่งจิตรกรไทย ได้พยายามศึกษา ถ่ายทอดอารมณ์ สอดแทรกความรู้สึกในรูปแบบได้อย่างลึกซึ้ง เหมาะสม สวยงาม เป็นเอกลักษณ์เฉพาะของชนชาติไทยที่น่าภาคภูมิใจ สมควรจะได้อนุรักษ์สืบทอดให้ เป็นมรดกของชาติสืบไป

     จิตรกรรมไทยแบบร่วมสมัย (Thai Contemporary Painting) เป็นผลมาจากความเจริญก้าวหน้า ทางวิทยาการของโลก ความเจริญทางการศึกษา การคมนาคม การพาณิชย์ การปกครอง การรับรู้ ข่าวสาร ความเป็นไปของโลกที่อยู่ห่างไกล ฯลฯ เหล่านี้ล้วนมีผลต่อความรู้สึกนึกคิด และแนวทาง การแสดงออกของศิลปินในยุคต่อ ๆ มา ซึ่งได้พัฒนาไปตามสภาพแวดล้อม ความเปลี่ยนแปลงของ ชีวิตความเป็นอยู่ ความรู้สึกนึกคิด และความนิยมในสังคมสะท้อนให้เห็นถึงเอกลักษณ์ใหม่ของ วัฒนธรรมไทยอีกรูปแบบหนึ่งอย่างมีคุณค่าเช่นเดียวกัน อนึ่ง สำหรับลักษณะเกี่ยวกับจิตรกรรม ไทยร่วมสมัยนั้น ส่วนใหญ่เป็นแนวทางเดียวกันกับลักษณะศิลปะแบบตะวันตกในลัทธิต่าง ๆ ตาม ความนิยมของศิลปินแต่ละคน

❖ คำศัพท์และวลี

ตัดทอน	消减；削弱	วิจิตรศิลป์	美术
สุนทรียภาพ	美丽的画面	ละมุนละไม	温柔；柔软
สีฝุ่น	蛋彩画颜料	กรรมวิธี	制作方法；工序
อุดมคติ	理想	ลึกลับ	神秘；奥秘
ระบายสี	上颜色；涂色彩	แบนเรียบ	扁平；平面
ตัดเส้น	画线	พระประธาน	（佛殿中的）主佛像
เอกรงค์	单色	พหุรงค์	多色；彩色
ชดช้อย	（姿势）优美；柔美	อากัปกิริยา	举止；姿态；仪表
บึกบึน	顽强；倔强；坚韧	วานร	猴子
ลิงโลด	欢欣雀跃；兴高采烈		

แบบฝึกหัด

๑. อธิบายความหมายของจิตรกรรมไทย

๒. สรุปและอธิบายอธิบายความหมายและที่มาของลายไทย

๓. อธิบายความสำคัญของจิตรกรรมไทย

๔. อธิบายการแบ่งประเภทตามลักษณะรูปแบบทางศิลปกรรมที่ปรากฏในปัจจุบันของจิตรกรรมไทย

๕. อธิบายลักษณะการใช้สีของจิตรกรรมไทยสมัยรัตนโกสินทร์

๖. อธิบายปัจจัยสำคัญที่มีผลต่อการสร้างสรรค์ผลงานจิตกรรมแบบร่วมสมัยของไทย

ความรู้เสริม

การสร้างจิตรกรรมฝาผนังของช่างไทยในสมัยโบราณ

กรรมวิธีสร้างจิตรกรรมฝาผนังไทยโบราณไม่ได้มีการบันทึกไว้แน่ชัดว่า มีขั้นตอนโดยละเอียดอย่างไร ใช้วัสดุอะไรบ้าง แต่เท่าที่มีผู้ศึกษาและสอบถามช่างเขียนรุ่นเก่าที่ยังมีชีวิตอยู่ สามารถเรียบเรียงเป็นความรู้เบื้องต้นได้ว่า ต้องมีการเตรียมผนัง มีการลงสีรองพื้นด้วยวิธีการพิเศษก่อนที่จะเขียนภาพ

เพื่อไม่ให้พื้นผนังดูดสีที่จะเขียน การเตรียมผนังจึงต้องหมักปูนขาวที่จะฉาบผนังไว้นานราว ๓ เดือน หรือนานกว่านั้น ระหว่างหมักปูนต้องหมั่นถ่ายน้ำจนความเค็มของปูนลดน้อยลง ต่อจากนั้นจึงนำปูนที่หมักมาเข้าส่วนผสม มีน้ำอ้อยที่เคี่ยวจนเหนียวประมาณความเหนียวน้ำผึ้ง และยังมีส่วนผสมของกาวที่ได้จากยางไม้ หรือกาวหนังสัตว์ที่ได้จากการเคี่ยวหนังวัว หนังควาย หรือหนังกระต่ายก็มี บางแห่งมีทรายร่อนละเอียดเป็นส่วนผสมอยู่ด้วย ส่วนผสมดังกล่าวจะทำให้ปูนมีความแข็ง เหนียว และผิวเรียบเป็นมัน เมื่อปูนฉาบแห้งสนิทแล้ว มีการชโลมผนังด้วยน้ำต้มใบขี้เหล็กเพื่อลดความเป็นด่างของผนัง เพราะเชื่อว่า ด่างจะทำปฏิกิริยากับสีบางสี เช่น สีแดง ให้จางซีด

การทดสอบว่า ผนังยังมีความเป็นด่างอยู่อีกหรือไม่ กระทำได้ด้วยการใช้ขมิ้นขีดที่ผนัง หากสีเหลืองของขมิ้นเปลี่ยนเป็นสีแดงแสดงว่า ผนังยังมีความเป็นด่าง ต้องชะล้างด้วยน้ำต้มใบขี้เหล็กต่อไปอีก

เสร็จจากขั้นตอนการเตรียมผนังก็ถึงการทารองพื้นก่อนการเขียนภาพ   โดยใช้ดินสอพองบด
ละเอียดนำไปหมักในน้ำ กรองเอาสิ่งสกปรกออกไป แล้วทับน้ำให้หมาด นำมาผสมกับกาวที่ได้
จากน้ำต้มเม็ดในของมะขาม เมื่อแห้งจึงขัดให้เรียบ ก่อนเริ่มขั้นตอนการเขียนภาพ อนึ่ง ภาพเขียน
บนผืนผ้า (พระบฏ) ภาพเขียนบนแผ่นไม้ หรือบนกระดาษที่เรียกว่า "สมุดข่อย" ก็ต้องรองพื้นด้วย
วิธีเดียวกันด้วย

สีที่ใช้ระบายภาพเตรียมด้วย ธาตุ หรือแร่ เช่น สีดำได้จากเขม่า หรือถ่านของไม้เนื้อแข็ง สี
เหลือง สีนวล ได้จากดินตามธรรมชาติ สีแดงได้จากดินแดง บางชนิดเตรียมจากแร่ ก่อนเขียนต้อง
นำมาบดให้ละเอียด สีจะละลายน้ำได้ง่าย น้ำที่ใช้ผสมกับน้ำกาวเตรียมจากหนังสัตว์ หรือกาว
กระถิน โดยผสมในภาชนะเล็ก ๆ เช่น โกร่ง หรือกะลา เมื่อใช้ไปสีแห้งก็เติมน้ำ ใช้สากบดฝนให้
กลับเป็นสีน้ำใช้งานได้อีก สีแดง เหลือง เขียว คราม ขาวดำ ใช้เป็นหลักโดยนำมาผสมกันเกิดเป็น
สีอื่น ๆ ได้อีก

นอกจากนี้ยังมีสีทอง คือ แผ่นทองคำเปลว ใช้ปิดส่วนสำคัญที่ต้องการ ความแวววาว ก่อน
ปิดทองต้องทากาว เช่น กาวได้จากยางต้นรัก หรือจากยางต้นมะเดื่อ หลังจากปิดทองแล้ว จึงตัดเส้น
เป็นรายละเอียด การตัดเส้นมักตัดด้วยสีแดง หรือสีดำ เพราะ ๒ สีนี้ช่วยขับสีทองให้เปล่งประกาย
ได้ดีกว่าสีอื่น จิตรกรรมฝาผนังที่เขียนขึ้นในรัชสมัยของพระบาทสมเด็จพระนั่งเกล้าเจ้าอยู่หัวนิยม
ปิดทองมาก เช่น ภาพพระราชาที่เครื่องแต่งพระองค์ เครื่องสูง ปราสาทราชมณเฑียร ราชรถ ตลอด
จนเครื่องประดับฉากอื่น   ๆ   มีผู้กล่าวว่าในรัชสมัยดังกล่าวนี้เป็นช่วงแห่งความเจริญสูงสุดของ
จิตรกรรมไทยแบบประเพณี

การตัดเส้นใช้พู่กันขนาดเล็ก เรียกกันตามขนาดที่เล็กว่า "พู่กันหนวดหนู" ความจริงทำจากขน
หูวัว มีขนาดใหญ่ขึ้นตามการใช้งาน เช่น ระบายบนพื้นที่ขนาดเล็ก แปรงสำหรับระบายพื้นที่ขนาด
ใหญ่ ทำจากรากต้นลำเจียก หรือจากเปลือกต้นกระดังงา โดยนำมาตัดเป็นท่อนพอเหมาะต่อการ
ใช้ นำไปแช่น้ำ เพื่อจะทุบปลายข้างหนึ่งให้แตกเป็นฝอยได้ง่าย เพื่อใช้เป็นขนแปรง นอกจากใช้
ระบายพื้นที่ใหญ่ที่กล่าวมาแล้ว ช่างไทยยังใช้ปลายแปรงแตะสีหมาด ๆ เพื่อแตะแต้ม หรือที่เรียก
ว่า "กระทุ้งให้เกิดเป็นรูปใบไม้เป็นกลุ่มเป็นพุ่ม" นิยมทำกันในจิตรกรรมสมัยกรุงรัตนโกสินทร์ วิธี
การนี้ใช้แทนการระบายสี และตัดเส้นด้วยพู่กันให้เป็นใบไม้ทีละใบ ซึ่งต้องใช้เวลามากกว่าการใช้
แปรงกระทุ้ง การระบายสีตัดเส้นเป็นใบไม้ ทำกันในช่วงเวลาของจิตรกรรมสมัยกรุงศรีอยุธยา

ในช่วงเวลาต่อมาอิทธิพลตะวันตกที่ไหลบ่าเข้ามาในประเทศไทยอย่างมากมายตั้งแต่รัชกาล พระบาทสมเด็จพระจอมเกล้าเจ้าอยู่หัวมีผลต่อการปรับเปลี่ยนลักษณะของจิตรกรรมไทยแบบ ประเพณี โดยมีพัฒนาการตามแนวจิตรกรรมตะวันตกเรื่อยมา เช่น เขียนให้มีบรรยากาศ ตามธรรมชาติจนกลายเป็นภาพเหมือนจริงยิ่งขึ้นทุกที รูปแบบจิตรกรรมเช่นนี้สอดคล้องกับแนว ความคิดของสังคมที่เริ่มปรับเปลี่ยนเข้าสู่แนวสัจนิยมอย่างตะวันตก เรื่องราวแนวอุดมคติอันเนื่อง ในพุทธศาสนาถูกแทนที่ความนิยมด้วยภาพเล่าเรื่องเหตุการณ์ที่เกิดขึ้นจริงในประวัติศาสตร์ เช่น พระราชพงศาวดาร หรือพระราชประวัติพระบาทสมเด็จพระจุลจอมเกล้าเจ้าอยู่หัว เป็นต้น

พัฒนาการดังกล่าวได้กลายเป็นจิตรกรรมแบบสากลในที่สุดดังจิตรกรรมที่เขียนขึ้นใน ปัจจุบัน ซึ่งมีแนวทางการแสดงออกที่หลากหลาย มีสีให้เลือกใช้มากมายหลายชนิด เป็นสีที่ได้จาก การสังเคราะห์ทางวิทยาศาสตร์ สีน้ำมัน สีอะคริลิก สีน้ำ เป็นต้น เรื่องราวไม่จำกัดอยู่กับเรื่องราว ทางศาสนาอีกต่อไป

(ที่มา สารานุกรมไทยสำหรับเยาวชน โดยพระราชประสงค์ในพระบาทสมเด็จพระเจ้าอยู่หัว เล่มที่ ๒๐. พ.ศ. ๒๕๕๓. กรุงเทพฯ: อาคาร โครงการสารานุกรมไทยฯ)

❖ คำศัพท์และวลี

จิตรกรรมฝาผนัง	壁画	หมัก	发酵
ฉาบ	涂；抹；刷	เคี่ยว	熬
กาว	胶；胶水	ร่อน	筛
ชโลม	弄湿；抹湿	ด่าง	碱性
จางซีด	褪色	ขมิ้น	姜黄
ชะล้าง	冲洗；洗刷	ดินสอพอง	（可代爽身粉的）白粉
หมาด	半干；不全干	เขม่า	烟炱；煤炱
โกร่ง	乳钵	สาก	舂杵
แวววาว	闪闪发光；亮晶晶	ต้นมะเดื่อ	无花果树
เปล่งประกาย	发光	หนวด	胡子；触须
ต้นลำเจียก	露兜树（雄株）	ต้นกระดังงา	鹰爪兰类植物

แตะแต้ม	沾色涂抹	กระทุ้ง	撞击；捣
สัจนิยม	现实主义	สังเคราะห์	合成
สีน้ำมัน	油画颜料	สีอะคริลิก	丙烯颜料
สีน้ำ	水彩		

ความรู้ที่เกี่ยวข้อง

泰国绘画艺术

泰国绘画艺术的出现晚于建筑艺术和造型艺术，且各个时期有自身不同的特点。

兰那时期（公元12—19世纪）的绘画艺术主要以佛寺中的壁画和画有佛像的挂布为主。

目前发现的素可泰时期（公元13—16世纪）的绘画艺术作品仅存泰国画家冯·哈里皮塔从素可泰府七排塔寺佛塔内室墙壁上复制的单色壁画，该壁画以往世佛陀和本生故事为主要内容。此外，在素可泰府西充寺中四方形屋顶的宫殿式建筑顶部刻画有佛本生故事。

阿瑜陀耶王朝（公元1350—1767年）早期的绘画艺术作品大多出现在宗教场所内的墙壁上，以干石灰技术绘制而成，其颜色为白、红、黑单色。阿瑜陀耶王朝中期开始流行以绘画艺术点缀、装饰佛殿和佛堂，喜欢绘制过去佛和天神会，其颜色与阿瑜陀耶早期一致。阿瑜陀耶王朝晚期喜欢绘制天神会、群魔战佛陀和佛陀转世本生故事。在主佛像后面的墙壁上喜欢绘制三界图。颜色方面，除之前常用的白、红、黑之外，还使用从国外进口的绿色和蓝色。

曼谷王朝初期，从拉玛一世王到拉玛三世王时期的绘画艺术在色彩和绘制方法方面主要继承了阿瑜陀耶王朝晚期的风格。该时期绘画艺术的主要特点在于运用了贴金的方式，以突出绘画作品中的人物和重要建筑。此外，与中国频繁的贸易往来使中国绘画艺术对泰国的壁画艺术产生了很大的影响。

编者译自 กระทรวงวัฒนธรรม, *ศิลปวัฒนธรรม* (บริษัทอมรินทร์พริ้นติ้ง แอนด์ พับลิชชิ่ง จำกัด, 2014), p.78, p.90, p.101, p.108.

บทที่ ๑๓
ดนตรีไทย

จุดประสงค์การเรียนรู้

๑. นักศึกษาสามารถอธิบายลักษณะสำคัญของดนตรีไทยในแต่ละยุคสมัยได้

๒. นักศึกษาสามารถอธิบายการแบ่งประเภทของดนตรีไทยในแต่ละยุคสมัยได้

๓. นักศึกษาสามารถอธิบายวิวัฒนาการของดนตรีไทยตามยุคสมัยได้

๔. นักศึกษาสามารถอธิบายผลงานสำคัญด้านดนตรีไทยของรัชกาลที่ ๔ ได้

๕. นักศึกษาสามารถอธิบายผลงานสำคัญด้านดนตรีไทยของรัชกาลที่ ๕ ได้

๖. นักศึกษาสามารถยกตัวอย่างผลงานเพลงไทยของรัชกาลที่ ๗ ได้

๗. นักศึกษาสามารถอธิบายการเปลี่ยนแปลงสำคัญของดนตรีไทยในสมัยรัชกาลที่ ๘ และยกตัวอย่างประกอบการอธิบายได้

ดนตรีไทยถือว่าเป็นมรดกทางวัฒนธรรมอันล้ำค่าของชนชาติไทยมาตั้งแต่โบราณ เป็นศิลปะแขนงหนึ่งของไทย ได้รับอิทธิพลมาจากประเทศต่าง ๆ เช่น อินเดีย จีน อินโดนีเซีย และอื่น ๆ

จากหลักฐานจารึกหลักที่ ๑ และ ๒ ได้กล่าวถึงเสียงพาทย์ เสียงพิณ เสียงเลื่อน เสียงขับ ซึ่งแสดงให้เห็นว่าในสุโขทัยมีวงดนตรีที่มีเครื่องบรรเลงประเภทดีด สี ตี เป่า แล้วสมเด็จพระเจ้าบรมวงศ์เธอกรมพระยาดำรงราชนุภาพทรงวินิจฉัยจากหลักฐานว่า วงดนตรีสุโขทัยน่าจะมี ๔ ชนิด คือ วงบรรเลงพิณ วงขับไม้ วงมโหรี และวงปี่พาทย์

วงบรรเลงพิณ ประกอบด้วยนักดนตรีและนักร้องคนเดียวกัน

วงขับไม้ เป็นวงดนตรีที่ใช้ในพิธีชั้นสูง ประกอบด้วยคนขับร้อง คนไกวบัณเฑาะว์ คนสีซอสามสาย

วงมโหรี คือการร่วมกันระหว่างวงขับไม้กับวงบรรเลงพิณ ประกอบด้วยผู้บรรเลง ๔ คน ที่เล่นเครื่องดนตรีประเภทกระจับปี่ ซอสามสาย กรับ โทน

วงปี่พาทย์ เป็นวงปี่พาทย์เครื่องห้า คือปี่ ฆ้องวง ตะโพน กลองทัด ฉิ่ง

ในสมัยอยุธยามีหลักฐานเกี่ยวกับวิวัฒนาการของดนตรี คือ วงมโหรี วงปี่พาทย์ วงเครื่องสาย และบทเพลง

วงมโหรี คือวงดนตรีที่มีเครื่องดนตรีครบทุกประเภท คือ ดีด สี ตี เป่า พบหลักฐานในสมัยอยุธยาว่า ในสมัยสมเด็จพระนารายณ์มหาราช วงมโหรีมีการเพิ่มเครื่องดนตรีมาอีก ๑ ชิ้น คือ ปี่ (ไฉน) ทำให้มีเครื่องดนตรี ๕ ชิ้นจากเดิม ๔ ชิ้น แต่ในการประสมวงจะใช้ขลุ่ย ต่อมาก็มีการพัฒนาเครื่องดนตรีเพิ่มขึ้นตามลำดับ เช่น แต่เดิมเป็นการนำเอาวงขับไม้ ซึ่งประกอบด้วยคนขับซอสามสาย คนไกวบัณเฑาะว์มาผสมกับการบรรเลงพิณ โดยเปลี่ยนพิณมาเป็นกระจับปี่ และเปลี่ยนบัณเฑาะว์มาเป็นทับ เพิ่มกรับให้คนขับเป็นผู้ตี

วงปี่พาทย์ จากหลักฐานประเภทบันทึกชาวต่างชาติของลาลูแบร์ที่เข้ามาอยุธยาสมัยสมเด็จพระนารายณ์มหาราช และจากคำพากย์ไหว้ครูหนังใหญ่ฉบับเก่าที่สุด ทำให้สันนิษฐานได้ว่า วงปี่พาทย์เครื่องห้าเพิ่มจะมีระนาดเอกเพิ่มเข้ามาตอนปลายอยุธยา แต่เดิมที่เรียกว่า วงปี่พาทย์เครื่องห้านั้น ประกอบไปด้วยปี่ใน ฆ้องวง ตะโพน กลองทัด และฉิ่ง ยังมีวงปี่พาทย์อีกแบบหนึ่งที่เรียกว่า วงปี่พาทย์เครื่องอย่างเบา ประกอบด้วยปี่ ฆ้องคู่ กลองชาตรี ทับ และฉิ่ง

วงเครื่องสาย จากหลักฐานกฎมณเฑียรบาลในสมัยพระบรมไตรโลกนาถได้กล่าวถึงเครื่องดนตรีต่าง ๆ ทำให้สันนิษฐานว่า วงเครื่องสาย ประกอบด้วยดนตรี ๒ ประเภท คือ ประเภททำนอง และประเภทประกอบจังหวะ เครื่องดนตรีประเภททำนอง คือ ซอสามสาย ซอด้วง ซออู้ จะเข้ และขลุ่ย ส่วนเครื่องดนตรีประกอบจังหวะ ได้แก่ โทน รำมะนา และฉิ่ง

บทเพลง สำหรับบทเพลงสมัยอยุธยาจะมีลักษณะเป็นกลอนเพลงแบบเพลงกล่อมเด็ก หรือ เพลงพื้นบ้าน ร้องเคล้าไปกับดนตรี ไม่มีเอื้อนอัตราจังหวะสองชั้น ซึ่งเรียกกันทั่วไปว่า เพลงเนื้อเต็ม ถือกันว่าเป็นเพลงแม่บท ซึ่งต่อมาได้นำมาขยายเป็นเพลงสามชั้น และเพลงเถาในสมัยรัตนโกสินทร์

ในสมัยธนบุรีเป็นยุคที่มีระยะสั้น ๆ เพียง ๑๕ ปี ในสมัยนี้ดนตรีไทยยังคงสืบทอดของเดิมจากสมัย

อยุธยา มีหลักฐานเกี่ยวกับดนตรีในหมายรับสั่ง กล่าวถึงพิณพาทย์ไทย พิณพาทย์รามัญ มโหรีไทย มโหรีแขก ฝรั่ง ญวน เขมร

วงดนตรีในสมัยต้นรัตนโกสินทร์จะคล้ายคลึงกับวงดนตรีที่มีมาแต่ครั้งสุโขทัย และอยุธยา โดยรวมแล้วจะมีอยู่ ๓ แบบ คือ วงปี่พาทย์ วงมโหรี และวงเครื่องสาย

วงปี่พาทย์ จะประกอบด้วยเครื่องดนตรี ๕ ชนิด ได้แก่ ระนาดเอก ตะโพน กลองทัด ปี่ ฉิ่ง และ ฆ้องวง ในสมัยต้นรัตนโกสินทร์มีการเพิ่มเครื่องดนตรี คือ ในสมัยรัชกาลที่ ๑ เพิ่มกลองทัดเข้าไป ในวงปี่พาทย์อีก ๑ ลูก เป็น ๒ ลูก ในสมัยรัชกาลที่ ๒ มีการนำกลองสองหน้าเข้ามาบรรเลงในวงปี่ พาทย์แทนกลองทัดและตะโพน เพื่อประกอบการบรรเลงเพลงเสภา เรียกว่า "วงปี่พาทย์เสภา" สมัย รัชกาลที่ ๓ มีการสร้างระนาดทุ้ม แล้วนำมาบรรเลงในวงปี่พาทย์ เรียกว่า "วงปี่พาทย์เครื่องคู่"

วงมโหรี ประกอบด้วยเครื่องดนตรีประเภท พิณ ซอสามสาย บัณเฑาะว์ (ต่อมาเปลี่ยนใช้โทน แทน) และคนขับร้อง ต่อมาจึงเพิ่มกลับเข้าไปอีก ๑ ชิ้น ในสมัยรัตนโกสินทร์ตอนต้นมีการเพิ่มเติม เครื่องดนตรีเข้าไป คือ ในสมัยรัชกาลที่ ๑ มีการเพิ่มระนาดเข้าไปในวงมโหรี มีการสร้างระนาด แก้วขึ้นเพื่อบรรเลงอยู่ในวงมโหรี ในสมัยรัชกาลที่ ๒ มีการเพิ่มฆ้องวงเข้าบรรเลงในวงมโหรี ใน สมัยรัชกาลที่ ๓ มีการสร้างระนาดทุ้ม และฆ้องวงเล็ก นำมาบรรเลงในวงมโหรีเรียกว่า "วงมโหรี เครื่องคู่"

วงเครื่องสาย คือ วงดนตรีที่มีเครื่องดนตรีที่มีสายเป็นประธาน ประกอบด้วยเครื่องเป่าและเครื่อง ตีบางอย่าง วงเครื่องสายมีเครื่องดนตรีประกอบแล้วแต่ชนิดของวง เช่น วงเครื่องสายไทยจะประกอบ ด้วยซอด้วง วงเครื่องสายปี่ชวา จะมีการเปลี่ยนแปลงเครื่องดนตรีบางชิ้น คือ ปี่ ชวา แทน ขลุ่ย วง เครื่องสายผสม คือ วงเครื่องสายไทย แต่นำเครื่องดนตรีอื่นมาผสม เช่น ซอสามสาย ระนาดเอก

สำหรับเพลงที่ใช้ในการบรรเลงจะมีทั้งเพลงที่ใช้ดนตรีบรรเลงโดยไม่มีคนร้อง เช่น เพลง โหมโรง เพลงหน้าพาทย์ เป็นต้น ส่วนเพลงที่ใช้เนื้อร้องเข้าไปประกอบดนตรี เรียกว่า "เพลงขับ ร้อง" ทั้งทำนองและบทร้องเพลงมีที่มาต่าง ๆ กันไป บางเพลงก็แต่งกันขึ้นมาเอง บางเพลงก็รับ อิทธิพลจากต่างชาติทำให้เกิดชื่อของชาติต่าง ๆ ปรากฏในชื่อเพลงไทย เช่น เพลงตับ มอญกระ เพลงแขกกล่อมเจ้า เขมรโพธิสัตว์ เป็นต้น เพลงเหล่านี้จะใช้บรรเลงในโอกาสต่าง ๆ เช่น ประกอบ พิธี ประกอบการแสดง และขับกล่อมเป็นต้น ส่วนนักดนตรีไทยสำคัญ ๆ เช่น พระบาทสมเด็จ

พระพุทธเลิศหล้านภาลัย รัชกาลที่ ๒ ซึ่งทรงโปรดการเล่นซอสามสาย ทรงพระราชนิพนธ์เพลงบุหลันลอยเลื่อนสองชั้น

ในสมัยรัชกาลที่ ๔ วงดนตรีของไทยยังได้รับความนิยมอย่างต่อเนื่อง แต่มีการปรับปรุงบางอย่าง โดยพระบาทสมเด็จพระปิ่นเกล้าเจ้าอยู่หัว ทรงคิดสร้างระนาดเหล็ก และระนาดทุ้มเหล็กเพิ่มในวงปี่พาทย์เรียกว่า "วงปี่พาทย์เครื่องใหญ่" และยังนำมาใช้กับวงมโหรี แต่ย่อลดขนาดปี่พาทย์ให้เหมาะสมที่จะบรรเลงกับเครื่องดนตรีในวงเครื่องสาย กลายมาเป็นวงมโหรีเครื่องใหญ่ ต่อมาในสมัยรัชกาลที่ ๕ สมเด็จพระเจ้าบรมวงศ์เธอเจ้าฟ้ากรมพระยานริศรานุวัดติวงศ์ทรงคิดประดิษฐ์วงปี่พาทย์ให้แสดงกับละครดึกดำบรรพ์ โดยตัดเครื่องดนตรีที่มีเสียงแหลมสูงออก ระนาดเอกตีด้วยไม้นวม กลองทัดเปลี่ยนเป็นกลองตะโพน มีขลุ่ยอู้ ซออู้ และฆ้องหมุ่ย ๗ ใบ

ในรัชสมัยพระบาทสมเด็จพระมงกุฎเกล้าเจ้าอยู่หัว นาฏดุริยางคศิลป์ได้รับการทำนุบำรุงอย่างดียิ่ง ทรงจัดตั้งหน่วยงานขึ้นรับผิดชอบสงวนรักษาและส่งเสริมนาฏดุริยางคศิป์ของไทยขึ้นโดยตรง ได้แก่ กรมมหรสพ และกองปี่พาทย์หลวง นอกจากนั้นยังทรงตั้งโรงเรียนพรานหลวงขึ้นเพื่อฝึกหัดนาฏศิลป์ ดุริยางคศิลป์แก่เยาวชนผู้สนใจ สมัยนี้หลวงประดิษฐ์ไพเราะ (ศรศิลปบรรเลง) ได้คิดสร้างอังกะลุงแบบไทยโดยเลียนแบบอังกะลุงของชวา (อินโดนีเซีย) อย่างไรก็ตามเมื่อถึงรัชสมัยพระบาทสมเด็จพระปกเกล้าเจ้าอยู่หัว เป็นช่วงเวลาที่ประเทศไทยตกอยู่ในภาวะเศรษฐกิจตกต่ำพระองค์จึงโปรดเกล้าฯ ให้ยุบกรมมหรสพและโรงเรียนพรานหลวงเสียแต่การสืบทอดนาฏดุริยางคศิลป์ก็ยังมีอยู่ รัชกาลที่ ๗ เองก็ทรงโปรดดนตรีไทยและได้ทรงพระราชนิพนธ์เพลงไทย ๓ เพลง คือ โหมโรงคลื่นกระทบฝั่ง ราตรีประดับดาวเถา และเพลงเขมรละอองค์ และยังมีการจัดตั้งวงมโหรีหลวง มีการโอนย้ายนักดนตรีจากกระทรวงวังมาอยู่กรมศิลปากรกระทรวงศึกษาธิการ

ต่อมาในสมัยรัฐบาลของจอมพล ป. พิบูลสงคราม มีการห้ามบรรเลงดนตรีไทย ถ้าจะบรรเลงต้องมีใบอนุญาต ดังนั้นดนตรีไทยจึงซบเซาลง แต่ดนตรีตะวันตกแพร่หลาย จนเกิดการผสมผสานกับดนตรีไทยขึ้นในเวลาต่อมา

ในสมัยของพระบาทสมเด็จพระเจ้าอยู่หัวภูมิพลอดุลยเดชดนตรีไทยได้พัฒนาขึ้นมากจนถึงปัจจุบันมีทั้งดนตรีไทยเดิม ดนตรีไทยประยุกต์ ดนตรีสากล ดนตรีที่ผสมผสานระหว่างดนตรีไทยกับดนตรีต่างประเทศ เช่น วงฟองน้ำ วงไหมไทย วงกังสดาล วงไทยบอย เป็นต้น จนเมื่อเทคโนโลยีก้าวหน้าขึ้นมากในปัจจุบัน มีการนำคอมพิวเตอร์มาช่วยทำงานด้านต่าง ๆ ของการบรรเลงดนตรี มี

การคิดโปรแกรมการบรรเลง รวมทั้งการจัดเก็บข้อมูลเพลงไทย เป็นต้น

(ที่มา อดิศร ศักดิ์สูง. พื้นฐานอารยธรรมไทย. พ.ศ. ๒๕๔๖. ภารกิจเอกสารและตำรา กลุ่มงาน

บริการการศึกษา มหาวิทยาลัยทักษิณ)

❖ คำศัพท์และวลี

ดีด 弹	สี 拉（琴）
ตี 打；敲击	เป่า 吹
วินิจฉัย 判断	ไกว 摇
บัณเฑาะว์ （婆罗门在宗教仪式上用的）一种拨浪鼓	
กระจับปี่ 四弦琴	กรับ 拍板；呱嗒板
โทน 单面鼓；小鼓	ฆ้องวง 圈锣
ตะโพน 双面鼓	กลองทัด 大型双面鼓
ฉิ่ง 小钹；镲	คำพากย์ 讲解词；说明词
กลองชาตรี 小型双面鼓	กฎมณเฑียรบาล 宫廷法律
รำมะนา 一种单面扁鼓	เพลงกล่อมเด็ก 摇篮曲
เอื้อน （唱泰国民歌时；按拍子在字与字之间）拉长嗓音	
ระนาดทุ้ม 低音木琴	กรมมหรสพ 文娱厅
อังกะลุง 安卡伦（一种爪哇的竹管乐器）	กรมศิลปากร 艺术厅
ซบเซา 萧条；萎靡	

📋 แบบฝึกหัด

๑. อธิบายลักษณะสำคัญของดนตรีไทยในแต่ละยุคสมัย

๒. สรุปและอธิบายอธิบายการแบ่งประเภทของดนตรีไทยในแต่ละยุคสมัย

๓. อธิบายวิวัฒนาการของดนตรีไทยตามยุคสมัย

๔. บอกผลงานสำคัญด้านดนตรีไทยของรัชกาลที่ ๔

๕. บอกผลงานสำคัญด้านดนตรีไทยของรัชกาลที่ ๕

๖. ยกตัวอย่างผลงานเพลงไทยของรัชกาลที่ ๗

๗. อธิบายการเปลี่ยนแปลงสำคัญของดนตรีไทยในสมัยรัชกาลที่ ๙ และยกตัวอย่างประกอบ

ความรู้เสริม

เพลงดนตรีไทย

เพลงดนตรีของไทยนั้นมีทำนองต่าง ๆ เพลงบางชนิดก็มีทำนองพื้น ๆ เรียบ ๆ ไม่มีพลิกแพลงอย่างใด เรียกว่า “เพลงพื้น” บางชนิดก็เดินทำนองเป็นเสียงยาว ๆ เพลงชนิดนี้ใช้เครื่องดนตรีประเภทเครื่องตีก็จะต้องตีกรอ ทำให้เสียงยาว จึงเรียกว่า “เพลงกรอ” และเพลงบางชนิดก็มีทำนองพลิกแพลงโลดโผน มีแบ่งเครื่องดนตรีเป็นพวก ผลัดกันหยุด ผลัดกันบรรเลง ก็เรียกว่า “เพลงลูกล้อลูกขัด” ถ้าจะแบ่งตามลักษณะของเพลงก็จะแบ่งออกได้เป็น ๔ ประเภท คือ

เพลงหน้าพาทย์ ได้แก่ เพลงที่บรรเลงประกอบกิริยาเคลื่อนไหวหรือเปลี่ยนแปลงต่าง ๆ ทั้งของมนุษย์ ของสัตว์ ของวัตถุต่าง ๆ และอื่น ๆ เช่น เดิน นอน วิ่ง กลายร่าง เกิดขึ้น สูญไป เป็นต้น ไม่ว่ากิริยานั้นจะแลเห็นตัวตน เช่น การแสดงโขน ละคร หรือกิริยาสมมุติ และไม่เห็นตัว เช่น การเชิญเทวดาให้เสด็จมา ถ้าเป็นการบรรเลงประกอบกิริยานั้น ๆ แล้ว ก็เรียกว่า “หน้าพาทย์ทั้งสิ้น” เช่น บรรเลงเพลงเชิดประกอบกิริยาไปมาไกล ๆ หรือรีบเร่ง หรือรบกัน บรรเลงเพลงเสมอประกอบกิริยาไปมาใกล้ ๆ จากห้องหนึ่งไปอีกห้องหนึ่ง บรรเลงเพลงโอดประกอบกิริยาร้องไห้ หรือสลบหรือตาย บรรเลงเพลงเหาะประกอบกิริยาไปมาในอากาศของเทวดา บรรเลงเพลงโล้ประกอบกิริยาไปมาในน้ำทั้งของมนุษย์ สัตว์ หรือวัตถุ

เพลงรับร้อง บางทีก็เรียกว่า “เพลงเสภา” เพราะเพลงประเภทนี้ใช้บรรเลงประกอบการขับเสภามาก่อน เพลงประเภทรับร้องนี้มีทั้งเพลงพื้น เพลงกรอ และเพลงลูกล้อลูกขัด ที่เรียกว่า “เพลงรับร้อง” ก็ด้วย บรรเลงรับจากการร้อง คือ เมื่อคนร้องได้ร้องจบไปแล้วแต่ละท่อน ดนตรีก็ต้องบรรเลงรับในท่อนนั้น ๆ โดยมากมักเป็นเพลงอัตรา ๓ ชั้นและเพลงเถา เช่น เพลงจระเข้หางยาว ๓ ชั้น เพลงสี่บท ๓ ชั้น และเพลงบุหลันเถา เป็นต้น

เพลงละคร หมายถึง เพลงที่บรรเลงประกอบการแสดงโขน ละคร และมหรสพต่าง ๆ ความ จริงการแสดงโขนละครนี้ก็จะต้องมีเพลงหน้าพาทย์ด้วย แต่เพลงหน้าพาทย์ได้แยกไปอธิบายอยู่ ส่วนหนึ่งแล้ว เพลงละครในที่นี้จึงหมายเฉพาะเพลงที่มีร้องและดนตรีรับเท่านั้น เพลงละคร ได้แก่ เพลงอัตรา ๒ ชั้น เช่น เพลงเวสสุกรรม เพลงพญาโศก หรือชั้นเดียว เช่น เพลงนาคราช เพลงตะลุ่ม โปง เป็นต้น กับเพลงจำพวกพิเศษที่ใช้เฉพาะละครแท้ ๆ เช่น เพลงช้าปี่ เพลงโอ้ปี่ เพลงโอ้ชาตรี เพลงโอ้โลม เพลงชมตลาด เป็นต้น

เพลงที่ใช้ร้องประกอบละคร หรือมหรสพอื่น ๆ จะต้องใช้ให้ถูกอารมณ์ของตัวละคร เช่น เพลงพญาโศก เพลงสร้อยเพลง ใช้ในอารมณ์โศกอยู่กับที่ เพลงทยอย เพลงโอ้ร่าย ใช้ในอารมณ์ โศกเมื่อเดินหรือเคลื่อนที่ไป เพลงลิงโลด ใช้ในอารมณ์โกรธ เพลงชมโฉม ใช้ในเวลาชมรูปร่างคน ที่เราพอใจ เพลงโอ้โลม เพลงโอ้ชาตรี ใช้เวลาเกี้ยวพาราสี เพลงโอ้ป ใช้เวลาครวญคร่ำรำพันด้วย ความโศก เพลงเย้ย ใช้เวลาเยาะเย้ย

เพลงเบ็ดเตล็ด ได้แก่ เพลงเล็ก ๆ สั้น ๆ สำหรับใช้บรรเลงเป็นพิเศษ เช่น บรรเลงต่อท้ายเพลง ใหญ่เป็นเพลงลูกบท หรือเพลงภาษาต่าง ๆ ซึ่งบรรเลงเพื่อสนุกสนาน

เพลงภาษานั้นก็คือเพลงที่มีสำเนียงภาษาต่าง ๆ เช่น เพลงจีน เพลงเขมร เพลงญวน เพลงฝรั่ง เป็นต้น ซึ่งมีทั้งเอาเพลงของชาตินั้นจริงมาบรรเลง และเพลงที่ไทยเราแต่งขึ้นโดยเลียนสำเนียง ภาษานั้น ๆ

(ที่มา สารานุกรมไทยสำหรับเยาวชน โดยพระราชประสงค์ในพระบาทสมเด็จพระเจ้าอยู่หัว

เล่มที่ ๑. พ.ศ. ๒๕๕๓. กรุงเทพฯ: อาคาร โครงการสารานุกรมไทยฯ)

❖ คำศัพท์และวลี

ทำนอง	曲调；调子	พลิกแพลง	灵活；善变
โลดโผน	惊险	รีบเร่ง	赶紧；赶快
โอด	哭泣；古典戏剧表演悲哀或哭泣情节时的伴奏乐曲		
สลบ	昏迷；不省人事	เยาะเย้ย	讥笑；嘲弄
เบ็ดเตล็ด	零星；琐碎		

ความรู้ที่เกี่ยวข้อง

泰国音乐艺术

泰国音乐是泰国文化的重要组成部分,被视为宝贵的文化遗产,受印度、中国、印度尼西亚等国家音乐艺术的影响,在各个时期呈现出不同的特点。

素可泰时期的兰甘亨石碑中记载有:"击鸣声、弹奏声、吹拉声、歌吟声"。说明当时已经出现击、弹、吹、拉四个种类的乐器,此外,还有吟唱的技艺。

阿瑜陀耶王朝时期的曲子大多用作孔剧、舞剧、皮影表演的伴奏或伴唱。为了使这些曲子更符合演出需要,对原曲做了必要的修改。以前,泰国歌曲的记忆和传承主要依靠口耳相传,在帕那莱大帝时期来到泰国的法国使团外交官拉鲁贝尔用五线谱记录了当时的泰国歌曲"Saisamon",该曲与现在的同名曲子并不相同。

阿瑜陀耶王朝晚期到曼谷王朝早期,船歌、沙格瓦类型的民歌比较流行。尤其是沙格瓦这种类型的民歌使对唱歌曲的节奏变得更加缓慢,双方会刻意拉长调子,使歌者有时间思考即兴对唱歌词。

阿瑜陀耶王朝时期,音乐、歌词艺术繁荣兴盛,当时发明制作了多种乐器,谱写了许多歌曲以配合孔剧和舞剧的表演,并将各种乐器组合成三种乐队,即民族乐队、管弦乐队和弦乐队。该时期被认为是泰国音乐艺术的鼎盛时期之一。

吞武里王朝仅存15年,当时的音乐主要延续了阿瑜陀耶王朝时期的风格。曼谷王朝早期的音乐也与素可泰和阿瑜陀耶王朝时期相似。

到曼谷王朝四世王时期,西方古典音乐传入泰国,许多王室显贵对这种音乐感兴趣,这推动了西方古典音乐样式在泰国传播和发展。

编者译自 กระทรวงวัฒนธรรม, ศิลปวัฒนธรรม (บริษัททอมรินทร์ พริ้นติ้ง แอนด์ พับลิชชิ่ง จำกัด, 2014), p.92, p.98.

บทที่ ๑๔
นาฏศิลป์และการละครไทย

จุดประสงค์การเรียนรู้

๑. นักศึกษาสามารถอธิบายความหมายและที่มาของนาฏศิลป์ไทยได้

๒. นักศึกษาสามารถอธิบายความสำคัญของนาฏศิลป์ไทยได้

๓. นักศึกษาสามารถอธิบายการแบ่งประเภทของนาฏศิลป์ไทยได้

๔. นักศึกษาสามารถอธิบายลักษณะสำคัญของนาฏศิลป์ไทยได้

นาฏศิลป์ หมายถึง ศิลปะแห่งการละครหรือการฟ้อนรำ นาฏศิลป์ไทยเป็นศิลปะการแสดงประกอบดนตรีชนิดหนึ่ง มีความหลากหลายแตกต่างกันออกไปตามภูมิภาค เป็นวัฒนธรรมสาขาหนึ่งที่มีความสำคัญ แสดงออกถึงความมีเอกลักษณ์ ความเจริญรุ่งเรืองตั้งแต่อดีตจนถึงปัจจุบัน รวมถึงวิถีชีวิต ความเป็นอยู่ของผู้คน ประวัติศาสตร์ ภูมิปัญญา ขนบธรรมเนียม จารีต ประเพณี ตลอดจนวัฒนธรรมของ ชาติไทย

สันนิษฐานว่า นาฏศิลป์ไทยกำเนิดมาพร้อม ๆ กับชนชาติไทย มีที่มาจากการเลียนแบบท่าทางโดยธรรมชาติ หรืออาจจะเกิดจากการละเล่นของชาวบ้านภายหลังเสร็จสิ้นการงานอันแสนเหน็ดเหนื่อย เนื่องจากคนไทยรักความสนุก ชอบความบันเทิง และเจ้าบทเจ้ากลอน ตลอดจนเกิดจากการแสดงที่มีแบบแผน ได้รับการถ่ายทอดจากในรั้วในวัง รวมทั้งการรับอิทธิพลอารยธรรมมาจากอินเดีย

นาฏศิลป์ไทยสามารถแสดงออกถึงเอกลักษณ์ประจำชาติไทย เป็นแหล่งรวมศิลปะแขนงต่าง ๆ ทั้งการประพันธ์วรรณคดี การสร้างสถาปัตยกรรม เช่น ฉาก สถานที่ประกอบฉาก การสร้างประติมากรรม เช่น อุปกรณ์ในการแสดง รูปปั้น รูปหล่อ การรังสรรค์จิตรกรรม เช่น การออกแบบ

เครื่องแต่งกาย ตลอดจนดุริยางคศิลป์ ทั้งศิลปะในการขับร้องและการบรรเลงดนตรี นอกจากนี้แล้ว
การแสดงนาฏศิลป์ยังช่วยฝึกและพัฒนาบุคลิกภาพของผู้แสดงให้มีความมั่นใจ กล้าแสดงออก และ
มีท่าทางที่สวยงาม การสร้างความสามัคคีในหมู่คณะ การฝึกสมาธิให้จดจำ และจดจ่อกับท่วงท่าใน
การร่ายรำ ตลอดจนช่วยเสริมสมรรถภาพร่างกายให้แข็งแรง เนื่องจากการแสดงนาฏศิลป์ต้องใช้
อวัยวะในร่างกายหลายส่วนประกอบการแสดง เช่น มือ ใบหน้า ลำคอ ลำตัว เอว ขา และเท้า ซึ่งจะ
ต้องร่ายรำอย่างสัมพันธ์กัน จึงจะสวยงาม

นาฏศิลป์ไทยมีลักษณะเฉพาะตัวและสามารถแสดงออกถึงความเป็นไทยได้ดียิ่ง แม้ว่าจะได้
รับอิทธิพลต่างชาติมาบ้าง แต่ก็ได้มีการประยุกต์ให้เข้ากับรสนิยมของคนไทยจนเป็นศิลปะประจำ
ชาติ สังเกตได้จากการมีท่ารำที่อ่อนช้อย มีดนตรีประกอบที่แทรกอารมณ์ บางครั้งอาจมีเพียง
ทำนองหรือมีเนื้อร้องประกอบทำนองซึ่งโดยมากมักใช้กลอน ๘ มาประพันธ์ มีเครื่องแต่งกายแตก
ต่างจากชาติอื่น ๆ ที่มีความยืดหยุ่นและมีสีสันอันเป็นรูปแบบเฉพาะตัว ประกอบกับเครื่องประดับ
ที่ประดับด้วยอัญมณีที่สวยงาม จึงทำให้นาฏศิลป์ไทยโดดเด่นไม่แพ้ชาติใด

นาฏศิลป์ไทยแบ่งได้เป็น ๓ ประเภท คือ ๑. ระบำ รำ ฟ้อน ๒. โขน และ ๓. ละคร

๑) ระบำ รำ ฟ้อน

ระบำ หมายถึง การแสดงที่ใช้คนตั้งแต่ ๒ คนขึ้นไป เน้นการเคลื่อนไหวที่หลากหลายพร้อม
เพรียงกัน ใช้ดนตรีประกอบทั้งมีเนื้อร้องและไม่มีเนื้อร้อง แบ่งเป็น (๑) ระบำแบบมาตรฐาน
ปรมาจารย์เป็นผู้กำหนดเนื้อร้องและทำนองไว้อย่างมีแบบแผน ซึ่งผู้แสดงจะดัดแปลงหรือ
เปลี่ยนแปลงท่าทางมิได้ (๒) ระบำแบบปรับปรุง เป็นการแสดงที่ประดิษฐ์ขึ้นมาใหม่ตามความ
ต้องการตามเหตุการณ์ สมัยหรือเนื้อร้องที่ผู้ประพันธ์ต้องการ (๓) ระบำที่มาจากการแสดงในบท
ละคร เป็นการแสดงที่อยู่ในการแสดงละคร

รำ หมายถึง การแสดงท่าทางลีลาของผู้รำ โดยใช้มือและท่อนแขนเป็นหลักประกอบดนตรี มี
หลายชนิด คือ รำเดี่ยว รำคู่ รำหมู่ และรำในเชิงอาวุธ

ฟ้อน หมายถึง การแสดงการร่ายรำเป็นชุด ๆ เป็นศิลปะทางภาคเหนือของไทย จะไม่แสดงเป็น
เรื่องราว ส่วนท่ารำที่ใช้มือประกอบนั้นมีแม่บทมาจากนาฏศิลป์ของไทย

๒) โขน หมายถึง เป็นการแสดงประเภทหนึ่ง สันนิษฐานว่ามีมาก่อนศตวรรษที่ ๑๖ และเป็นที่

นิยมในสมัยอยุธยา

๓) ละคร หมายถึง การแสดงประเภทหนึ่งที่เลียนแบบชีวิตของมนุษย์ อาศัยการขับร้องประกอบท่าทาง มีเนื้อเรื่องเป็นสำคัญ

นาฏศิลป์ไทยต้องประกอบไปด้วยการฟ้อนรำด้วยท่าทางอันอ่อนช้อยงดงาม มีจังหวะที่ดี มีเนื้อร้องและทำนองเพลงเพื่อบอกความหมายของท่ารำและถ่ายทอดอารมณ์ความรู้สึก การแต่งกายเพื่อบอกยศและบรรดาศักดิ์ของผู้แสดง การแต่งหน้าเพื่อให้เกิดความสวยงามและปกปิดข้อบกพร่องบนใบหน้า รวมถึงการแต่งหน้าเพื่อระบุวัยของผู้แสดงที่รับบทนั้น ๆ นอกจากนี้ยังมีเครื่องดนตรีที่ใช้ในการบรรเลงประกอบการแสดงเพื่อสื่อความหมายและถ่ายทอดอารมณ์ความรู้สึก ตลอดจนอุปกรณ์ประกอบการแสดงอื่น ๆ เช่น การฟ้อนร่ม มีร่มเป็นอุปกรณ์ประกอบการแสดง เป็นต้น

นาฏศิลป์ไทยถือได้ว่าเป็นมรดกทางวัฒนธรรมของชาติ ที่บรรพบุรุษไทยได้ถ่ายทอดมายังคนรุ่นหลังเป็นมรดกสำคัญของชาติไทย ผู้เรียนภาษาไทยจึงควรแก่การศึกษาเรียนรู้

❖ คำศัพท์และวลี

นาฏศิลป์	戏剧艺术；戏剧	เจ้าบทเจ้ากลอน	善吟诗歌的人
รูปหล่อ	铜像；铸像	ขับร้อง	唱歌；歌唱
จดจ่อ	专注；专心	สมรรถภาพ	效能；能力；才能
ยืดหยุ่น	可伸缩的	พร้อมเพรียง	同心同德；整齐
ปรมาจารย์	导师；祖师	ท่อนแขน	胳膊
แม่บท	主题	ปกปิด	遮盖；掩盖；隐瞒

📋 แบบฝึกหัด

๑. อธิบายความหมายและที่มาของนาฏศิลป์ไทย

๒. อธิบายความสำคัญของนาฏศิลป์ไทย

๓. อธิบายการแบ่งประเภทของนาฏศิลป์ไทย

๔. อธิบายลักษณะสำคัญของนาฏศิลป์ไทยและยกตัวอย่างประกอบด้วย

📚 ความรู้เสริม

๑. โขน

การแสดงโขนเป็นนาฏกรรมอย่างหนึ่งของไทยที่มีมาตั้งแต่สมัยโบราณ ซึ่งหาชมได้ยากใน ปัจจุบัน เป็นการแสดงที่พัฒนามาจากการแสดง ๓ ประเภท คือ ๑. การแสดงชักนาคดึกดำบรรพ์ ซึ่งเป็นการแสดงที่ฝ่ายเทวดาและฝ่ายอสูรต่อสู้กัน จนอสูรพ่ายต่อเทวดาในที่สุด ๒. การนำเรื่อง รามเกียรติ์และแสดงหนังใหญ่ที่มีตัวละครเป็นพระ นาง ยักษ์และลิง อีกทั้งคนเชิดหนังใหญ่จะต้อง มีลีลาการเชิดสวยงาม และ ๓. การแสดงกระบี่กระบอง อันเป็นศิลปะการต่อสู้ประเภทหนึ่งของ ไทยมารวมกัน

ในการแสดงโขนยุคแรกเป็นการแสดงแบบโขนกลางแปลง คือ การแสดงโขนบนพื้นสนาม ไม่มีเวที ใช้บริเวณกว้าง มีธรรมชาติเป็นฉาก บรรยายด้วยการพากย์และการเจรจา ไม่มีการขับร้อง จะใช้ปี่พาทย์ประกอบดนตรี หลังจากนั้นเกิดมีโขนนั่งราวหรือเรียกว่า "โขนโรงนอก" ซึ่งหมาย ถึงมีการนำเอาโขนกลางแปลงมาแสดงในเวทีที่จำกัดบริเวณ ยกพื้นขึ้น มีฉากประกอบ และยังใช้ ปี่พาทย์ในการบรรเลงจังหวะประกอบ ในระยะต่อมาเกิดมีโขนโรงใน คือ การแสดงโขนรวมกับ ละครใน มีบทพากย์และ บทเจรจา ใช้ต้นเสียงและลูกคู่ร้อง คล้ายกับการแสดงละครใน ยังคงใช้ปี่ พาทย์ประกอบเช่นเดิม ต่อจากนั้นมีการแสดงโขนที่เปลี่ยนแปลงไปคล้ายการแสดงหนังใหญ่ โดย เฉพาะการจัดวางวงปี่พาทย์ ซึ่งมีชื่อเรียกว่า "โขนหน้าจอ" แล้วมีการเกิดโขนฉากขึ้นมา คือ การ เปลี่ยนสถานที่ในการแสดงโขนให้เข้ากับบท จัดฉากประกอบให้เข้ากับเนื้อเรื่อง ส่วนดนตรี และปี่ พาทย์เหมือนโขนโรงใน

การแสดงโขนเป็นศิลปะชั้นสูงซึ่งไม่เพียงมีท่าทางการแสดงที่สวยงามแล้ว หากยังมีการ ใช้วรรณคดีไทย โดยเฉพาะเรื่องรามเกียรติ์เข้ามาเป็นบทละครในการแสดง ซึ่งผู้ศึกษาภาษาไทย สามารถศึกษาเรียนรู้ไปพร้อมกับการรับชมความบันเทิงได้อีกด้วย

๒. ละคร

การละครของไทยนั้นมีมาแต่โบราณ เป็นการแสดงที่มีเนื้อเรื่องและการดำเนินเรื่องเป็นสำคัญ มีตัวละครดำเนินเรื่องตามบทนั้น ๆ มีอารมณ์สะเทือนใจ ถ่ายทอดเรื่องราวชีวิตของผู้คนทั้งสุขทุกข์

เศร้าเหงาปะปนกันไป ตามสภาพความเป็นจริงของมนุษย์ในแต่ละยุคแต่ละสมัย สามารถแบ่งได้
เป็น ๒ ประเภท คือ สุขนาฏกรรมและโศกนาฏกรรม

ละครรำ แบ่งเป็น ๒ ประเภท คือ ละครรำแบบดั้งเดิม และละครรำแบบปรับปรุงใหม่

ละครรำแบบดั้งเดิมมีละครชาตรี โนรา ละครนอก และละครใน ส่วนละครรำแบบปรับปรุง
ใหม่มีละครดึกดำบรรพ์ ละครพันทาง ละครเสภา และลิเก

ละครชาตรี เป็นละครที่เก่าแก่ที่สุดของไทย และเป็นต้นแบบให้ละครประเภทอื่น ๆ

โนรา มีลักษณะคล้ายละครชาตรี แต่เป็นการแสดงพื้นบ้านทางภาคใต้ของไทย บางหลักฐาน
กล่าวว่าได้รับอิทธิพลจากอินเดีย มีลักษณะการแสดงคล้าย "มะโหย่ง" ของประเทศอินโดนีเซียและ
มาเลเซีย

ละครนอก เป็นละครรำพื้นบ้านประเภทหนึ่ง ซึ่งใช้ผู้หญิงล้วนในการแสดง เกิดขึ้นมาก่อน
ละครใน พัฒนามาจากละครชาตรีและโนรา

ละครใน เป็นละครรำที่ใช้ผู้หญิงล้วนในการแสดง จัดแสดงได้ในเขตพระราชฐานเท่านั้น

ละครดึกดำบรรพ์ เกิดขึ้นมาในช่วงรัชกาลที่ ๔ แห่งกรุงรัตนโกสินทร์ ได้รับอิทธิพลการแสดง
จากตะวันตก มีลักษณะผสมผสาน

ละครพันทาง เป็นละครที่มีอายุน้อยที่สุด มีลักษณะผสมผสาน ไม่จำกัดอยู่ในวง และแบบแผน
ในการแสดงไม่รัดกุมนัก

ละครเสภา เป็นละครที่มีการขับเสภาประกอบ เล่าเรื่องนิทานหรือวรรณคดีต่าง ๆ ส่วนมากจะ
ใช้เรื่องขุนช้างขุนแผนประกอบการแสดง

ลิเก เป็นการแสดงประเภทหนึ่งที่ได้รับอิทธิพลจากชาวมลายูที่เดินทางเข้ามาในประเทศไทย

ละครร้อง สามารถแบ่งประเภทได้ดังนี้

๑) แบ่งตามลักษณะความเป็นมา มี ๒ ประเภท คือ ละครร้องแบบไทยเดิมและละครร้องแบบ
สลับพูด

ละครร้องแบบไทยเดิม เป็นการแสดงที่ดำเนินเรื่องด้วยการร้องและมีการรำแทรก

ละครร้องแบบสลับพูด เป็นการแสดงที่ดัดแปลงมาจากตะวันตก ใช้ผู้หญิงล้วน ๆ ในการแสดง
เนื้อเรื่องเกี่ยวกับสามัญชนทั่วไป

๒) แบ่งตามลักษณะการแสดง มี ๒ ประเภท คือ ละครร้องล้วน ๆ ตลอดเรื่องและละครร้อง
สลับพูด

ละครร้องล้วน ๆ ตลอดเรื่อง เป็นละครร้องที่แท้จริง โดยไม่มีคำพูดใด ๆ ขับร้องบทกลอน
โต้ตอบกันไปมา หรือใช้เพลงแทนการพูด

ละครร้องสลับพูด เป็นการแสดงที่มีคำร้องเป็นส่วนใหญ่และคำพูดเป็นบทแทรกอารมณ์

๓) ละครสังคีต เป็นละครที่มีทั้งบทพูดและบทร้องเป็นสำคัญ

ละครพูด มี ๔ ประเภท คือ ละครพูดล้วน ๆ ละครพูดสลับลำนำ ละครพูดคำฉันท์ และละคร
พูดหลังการเปลี่ยนแปลงการปกครอง

๑) ละครพูดล้วน ๆ เป็นการแสดงโดยการพูดล้วน ๆ ไม่มีการขับร้อง

๒) ละครพูดสลับลำนำ ใช้การพูดเป็นสำคัญ มีการขับร้องแทรกเพื่อย้ำความ

๓) ละครพูดคำฉันท์ คือละครพูดที่ใช้ฉันท์ประกอบการพูด

๔) ละครพูดหลังการเปลี่ยนแปลงการปกครอง คือ ละครพูดที่เกิดขึ้นภายหลังการเปลี่ยนแปลง
การปกครองของไทย พ.ศ. ๒๔๗๕

ละครประเภทต่าง ๆ ของไทยในปัจจุบันนั้นหาชมได้ยาก เนื่องจากได้รับอิทธิพลตะวันตก
และการเปลี่ยนแปลงในสังคมไทย

❖ คำศัพท์และวลี

นาฏกรรม	剧;戏剧	อสูร	阿修罗;夜叉
เชิดหนังใหญ่	表演大型皮影	ลีลา	姿态
เจรจา	（小说、戏剧中）的对白	ลูกคู่	（戏曲、歌剧的）伴唱;和声
สุขนาฏกรรม	喜剧	โศกนาฏกรรม	悲剧
เขตพระราชฐาน	宫禁;禁城	รัดกุม	严密;紧凑
ละครสังคีต	歌舞剧		

ความรู้ที่เกี่ยวข้อง

泰国表演艺术

泰国表演艺术大致可以分成两大类。

（一）经典戏剧，主要包括孔剧和洛坤。

孔剧是一种上层娱乐形式。演员一般要戴套头面具，舞姿有专门规范。用配唱和旁白对话演绎情节。孔剧表演又可以分为两种：女孔剧，亦称宫廷孔剧，演员都是宫内女性，专门为国王演出，现在已经没有这种孔剧了；男孔剧，是普通演出，演员都是男性，演出的内容源于《罗摩颂》的情节。

洛坤是一种有情节内容的表演。洛坤逐渐发展，形成多种形式，有舞剧、歌剧和话剧等。以前，泰国的"洛坤"只有舞剧，分为三类，包括宫廷剧、民间剧和查德里剧。其中，宫廷剧在宫内演出，演员都是女性，演出的剧目只有《乌纳鲁》《伊瑙》《罗摩颂》三种。民间剧在宫外演出，演员全都是男性。查德里剧是一种民间演出剧，它早于宫廷剧和民间剧出现，后来在泰国南部较为普遍。

（二）地方舞蹈是泰国的地区性表演，具有自身的特点。

北部舞蹈的舞曲节奏舒缓，舞姿柔美、轻盈。

东北部舞蹈的动作活泼、欢快，舞曲节奏较快。

中部舞蹈编排有一些成套动作，常用在舞剧里，这些成套动作的编排必须符合剧情需要。

南部舞蹈的舞曲音乐节奏强劲有力，使舞蹈欢快、活泼。

除上述舞蹈外，还有其他许多文娱形式为泰国老百姓喜闻乐见，并且逐步得到发展，如小木偶剧、木偶剧、对歌和大皮影等。

编者译自 กระทรวงวัฒนธรรม, ศิลปวัฒนธรรม (บริษัทอมรินทร์พริ้นติ้ง แอนด์ พับลิชชิ่ง จำกัด, 2014), p.113.

บทที่ ๑๕
ภาพยนตร์ไทย

จุดประสงค์การเรียนรู้

๑. นักศึกษาสามารถอธิบายพัฒนาการของภาพยนตร์ไทยได้

๒. นักศึกษาสามารถสรุปเหตุการณ์สำคัญในประวัติศาสตร์ภาพยนตร์ไทยได้

ก่อนภาพยนตร์จะเข้ามาสู่สยามประเทศ การบอกเล่าเรื่องราวที่เป็นภาพเคลื่อนไหวจะมีลักษณะเป็นการละเล่นมหรสพรูปแบบต่าง ๆ ทั้งการเล่นหนัง การเชิดหุ่น การแสดงโขน การแสดงละคร การแสดงลิเก และการแสดงเบ็ดเตล็ดอื่น ๆ

ภาพยนตร์ถือกำเนิดขึ้นในปี พ.ศ. ๒๔๓๒ โดย การประดิษฐ์คิดค้นของโทมัส อัลวา เอดิสัน (Thomas Alva Adison) และวิลเลียม เคเนดี้ ดิ๊กสัน (William Kenady Dickson) ได้ ทำการทดลองถ่ายภาพเคลื่อนไหวเป็นอันสำเร็จ ให้หลังเพียง ๔ ปี ทั้งคู่ได้พัฒนาสิ่งประดิษฐ์ที่เรียกว่า "คิเนโตกราฟ" (Kinetoscope) เป็นได้ทั้งกล้องถ่ายภาพและคิเนโตสโคป ซึ่งเป็นเครื่องดูหนังสูงราว ๔ ฟุต ผู้ชมสามารถดูหนังได้เพียงครั้งละ ๑ คน และภาพยนตร์ในยุคนี้มีขนาดสั้นเพียง ๑ นาทีเท่านั้น

๒ ปี ต่อมาพี่น้องชาวฝรั่งเศสตระกูลลูมิแอร์ได้พัฒนาเครื่องคิโนโตสโคปดังกล่าวให้สามารถฉายภาพยนตร์ขึ้นจอขนาดใหญ่และรับชมพร้อม ๆ กันได้ครั้งละหลาย ๆ คน โดยตั้งชื่อเจ้าเครื่องนี้ว่า "ซีเนมาโตกราฟ" (Cinematograph) และคำว่า "ซีเนมา" จากชื่อ "ซีเนมาโตกราฟ" ได้กลายมาเป็นคำที่ใช้เกี่ยวกับภาพยนตร์จนถึงปัจจุบัน การสร้าง "ซีเนมาโตกราฟ" เป็นจุดกำเนิดภาพยนตร์อย่างเป็นทางการเมื่อวันที่ ๒๘ ธันวาคม พ.ศ. ๒๔๓๘ มีการออกฉายภาพยนตร์ไปตามเมืองใหญ่ ๆ ทั่วโลก ภาพยนตร์เรื่องแรก ออกฉาย ณ กรุงปารีส ประเทศฝรั่งเศส ชื่อ "Workers Leaving the Lumière Factory in Lyon" จากนั้นการพัฒนาภาพยนตร์ให้สมบูรณ์ยังคงดำเนินต่อไปอย่างไม่หยุดยั้ง และเพื่อให้สามารถฉายภาพยนตร์บนจอขนาดใหญ่ได้ โทมัส อาแมท (Thomas Armat) ซี ฟ

รานซิส เจนกินส์ (C. Francis Jenkins) และเอดิสันได้ร่วมมือกันสร้างเครื่องฉายภาพยนตร์ที่เรียกว่า "วาต้าสโคป" (Vitascope)

ภาพยนตร์ยุคแรกเป็นภาพถ่ายเหตุการณ์ขนาดสั้นและเป็นหนังเงียบภาพขาวดำ เวลาต่อมามีการพัฒนาอุตสาหกรรมภาพยนตร์ให้มีลักษณะเป็นภาพเคลื่อนไหวมีสีสัน ภาพยนตร์จึงได้รับความนิยมอย่างแพร่หลายไปทั่วโลก เกิดเป็นอุตสาหกรรมการผลิต จำหน่าย และให้บริการเกี่ยวกับภาพยนตร์หลายแห่ง

บริษัทพี่น้องลูมิแอร์เป็นผู้ดำเนินการถ่ายทำภาพยนตร์เกี่ยวกับชาวสยามม้วนแรกของโลก ครั้งนั้นได้บันทึกภาพเหตุการณ์กระบวนแห่ของทหารม้ากองเกียรติยศ นำรถพระที่นั่ง จากสถานีรถไฟสู่โรงแรมที่ประทับ คราวพระบาทสมเด็จพระจุลจอมเกล้าเจ้าอยู่หัว รัชกาลที่ ๕ แห่งกรุงรัตนโกสินทร์ เสด็จประพาสทวีปยุโรป ครั้งที่ ๑ พ.ศ. ๒๔๔๐ ซึ่งจัดขึ้นโดยรัฐบาลสวิตเซอร์แลนด์ มีจำนวน ๑ ม้วน ความยาว ๑ นาที โดยนำภาพยนตร์นี้ออกฉายให้รัชกาลที่ ๕ ทรงทอดพระเนตร ณ ที่ประทับในกรุงเจนีวา เมื่อวันที่ ๓๐ พฤษภาคม พ.ศ. ๒๔๔๐ และมีการนำภาพยนตร์เรื่องนี้เข้ามาฉายในประเทศไทยครั้งแรกโดยเก็บค่าเข้าชมเมื่อวันที่ ๑๐ มิถุนายน ๒๔๔๐ ที่โรงละครหม่อมเจ้าอลังการ มีการประกาศโฆษณาในหนังสือพิมพ์บางกอกไทมส์ ก่อนการฉายล่วงหน้าเพียง ๑ วัน

๒๘ มิถุนายน พ.ศ. ๒๔๔๐ คณะของนายเอส จี มาร์คอฟสกี นำซีเนมาโตกราฟ เข้าไปฉายถวายสมเด็จประนางเจ้าเสาวภาผ่องศรี ผู้สำเร็จราชการแผ่นดินต่างพระองค์ทอดพระเนตรเป็นการส่วนพระองค์ ณ มุขพระที่นั่งจักรีมหาปราสาท พระบรมมหาราชวัง นับจากวันนั้นมีคณะภาพยนตร์เร่ชาวต่างประเทศเดินทางมาจัดฉายภาพยนตร์ในประเทศไทยอย่างไม่ขาดสาย การฉายภาพยนตร์ในยุคแรกจะเช่าสถานที่โรงละคร โรงแรม หรือกางกระโจมเพื่อฉายภาพยนตร์

พระเจ้าน้องยาเธอ พระองค์เจ้า ทองแถมถวัลยวงศ์ กรมหลวงสรรพสาตรศุภกิจ ผู้ตามเสด็จพระบาทสมเด็จพระจุลจอมเกล้าเจ้าอยู่หัวเสด็จประพาสยุโรป ทรงรับหน้าที่จัดซื้อจัดหาของแปลกจากต่างประเทศมาเพื่อเป็นสมบัติของชาติ ในรายการสิ่งที่จัดซื้อมี "หนังฝรั่ง ๓ สำรับ" ซึ่งหมายถึงกล้องถ่ายภาพและเครื่องฉายภาพยนตร์ของฝรั่งเศส ภายหลังพระองค์ทรงเริ่มถ่ายทำภาพยนตร์ครั้งแรกในสยามโดยภาพยนตร์ที่ถ่ายทำส่วนใหญ่เป็นการถ่ายทำพระราชพิธีสำคัญของบ้านเมือง จัดฉายภาพยนตร์ดังกล่าวที่วังของพระองค์ ต่อมามีการนำออกมาฉายในงานประจำปีวัดเบญจมบพิตร

และพระองค์ยังทรงให้ชาวต่างประเทศที่เข้ามาฉายภาพยนตร์ในประเทศไทยสามารถเช่าภาพยนตร์ที่พระองค์ถ่ายทำนี้นำออกฉายได้อีกด้วย ถือได้ว่า พระเจ้าน้องยาเธอ พระองค์เจ้า ทองแถมถวัลยวงศ์ กรมหลวงสรรพสาตรศุภกิจ ทรงเป็น "พระบิดาแห่งภาพยนตร์สยาม"

ปี พ.ศ. ๒๔๔๙ นาย ท. วาตานาเบ ชาวญี่ปุ่นได้เข้ามาเช่าที่ว่างหลังวัดชัยชนะสงคราม หรือวัดตึกปลูกกระโจมฉายหนัง ซึ่งเป็นหนังสงครามญี่ปุ่นรบกับรัสเซีย สารคดี ละครหรือจินตลีลาสั้น ๆ และหนังเบ็ดเตล็ดต่าง ๆ ได้รับความนิยมจากคนไทยเป็นอย่างมาก เขาเห็นว่าชาวสยามนิยมดูภาพยนตร์มาก แต่ในสมัยนั้นกลับไม่มีโรงภาพยนตร์ถาวร เขาจึงสร้างโรงภาพยนตร์ขึ้นในประเทศไทยเป็นครั้งแรก และตั้งชื่อว่า "Japanese Cinematograph" สำหรับการฉายหนังทุกวัน คนไทยนิยมเรียกโรงหนังนี้ว่า "โรงหนังญี่ปุ่น" ภาพยนตร์ที่ฉายไม่ว่าจะเป็นของชาติใดก็จะถูกเรียกว่า "หนังญี่ปุ่น" ทั้งสิ้น โรงภาพยนตร์แห่งนี้ดำเนินกิจการไปอย่างรุ่งเรือง จนได้รับพระราชทานพระบรมราชานุญาตให้ประดับตราแผ่นดินหน้าโรงภาพยนตร์ และได้รับการโปรดเกล้า ฯ พระราชทานชื่อใหม่ว่า "โรงเจริญรูปญี่ปุ่นหลวง" คนไทยยุคนั้นนิยมเรียกว่า "โรงหนังญี่ปุ่นหลวง"

ความเจริญก้าวหน้าของโรงหนังญี่ปุ่นทำให้นักธุรกิจยุคนั้นหันมาสนใจตั้งกิจการโรงภาพยนตร์มากขึ้น ต่อมาเมื่อบริษัทปาเต๊ะแฟร (Pathé Frères) ประเทศฝรั่งเศส ซึ่งเป็นบริษัทผลิตและจำหน่ายภาพยนตร์รายใหญ่ของโลกมาตั้งสาขาจำหน่ายภาพยนตร์ที่ประเทศสิงคโปร์ การซื้อหาหนังมาฉายจึงสะดวกมากขึ้น ในช่วงปลาย รัชกาลที่ ๕ มีโรงหนังเกิดขึ้นมากมายกระจายตัวอยู่สองฝั่งถนนเจริญกรุง เช่น โรงหนังบางรัก โรงหนังกรุงเทพซีนีมาโตกราฟ โรงหนังรัตนภาพยนตร์และโรงหนังพัฒนาการ ฯ เป็นต้น ภาพยนตร์ที่ฉายในยุคนั้นยังเป็นภาพยนตร์เงียบ เป็นหนังเบ็ดเตล็ดสั้น ๆ ถ่ายทำจากเหตุการณ์จริง และการแสดงที่มีการจัดฉาก ทางโรงหนังจึงต้องจัดหาวงดนตรีมาเล่นเพิ่มสีสันในการรับชม

พ.ศ. ๒๔๕๔ - ๒๔๕๗ ในสมัยรัชกาลที่ ๖ กิจการโรงภาพยนตร์มีการแข่งขันกันอย่างหนัก โรงภาพยนตร์ใหม่ ๆ จึงออกไปตั้งตามแหล่งการค้าอื่น ๆ นอกถนน เจริญกรุง บริษัทผลิตภาพยนตร์ในยุคนั้นเป็นบริษัทของฝรั่งเศส บ่อยครั้งภาพยนตร์ที่นำมาฉายเป็นเรื่องเดียวกัน ทางโรงหนังจึงลงประกาศในหนังสือพิมพ์ มีการลงโปรแกรมฉายหนัง ลงเนื้อเรื่องย่อเพื่อเป็นคู่มือในการรับชมตลอดจนจัดโปรโมชั่นลดแลกแจกแถมต่าง ๆ เพื่อดึงดูดผู้ชมให้เข้ามาชม และเมื่อเกิดสงครามโลก

ครั้งที่ ๑ ปี พ.ศ. ๒๔๕๗ ทำให้เศรษฐกิจตกต่ำ จึงส่งผลกระทบต่อวงการภาพยนตร์อย่างหลีกเหลี่ยงมิได้ เป็นเหตุให้ประเทศฝรั่งเศสซึ่งเป็นศูนย์กลางผลิตภาพยนตร์ของโลกล่มสลาย ศูนย์กลางของวงการภาพยนตร์จึงเปลี่ยนมาเป็นเมืองฮอลลีวู้ด ทางตะวันตกของสหรัฐอเมริกา

จากการแข่งขันที่เข้มข้นและภัยสงครามในยุคนั้นทำให้โรงหนังเจริญรูปญี่ปุ่นต้องปิดตัวลงเมื่อ พ.ศ. ๒๔๕๘ มีบริษัทนาครเขษมทุน จำกัด ประกาศตัวเป็นผู้สร้างโรงภาพยนตร์และเปิดศูนย์การค้าที่บริเวณหลังวัดตึกและได้เปิดโรงหนังเพิ่ม ในยุคนั้นเป็นยุคที่มีการเปิดโรงหนังเพิ่มทั้งในกรุงเทพฯ และขยายสู่ภาคต่าง ๆ ของประเทศไทย

พ.ศ. ๒๔๖๓ เกิดปรากฏการณ์ใหม่ของวงการภาพยนตร์และการโฆษณา มีการพิมพ์เนื้อเรื่องย่อหนังลงในหนังสือพิมพ์รายวัน ซึ่งได้รับความนิยมจากทั้งผู้อ่านและผู้ชม ช่วยเพิ่มยอดขายหนังสือพิมพ์รายวันให้มากขึ้น

ในสมัยพระบาทสงเด็จพระมงกุฎเกล้าเจ้าอยู่หัว พ.ศ. ๒๔๖๕ พระองค์ทรงสนับสนุนให้คนไทยดำเนินกิจการโรงภาพยนตร์ เหตุการณ์สำคัญในปีนี้เกิดการถ่ายทำภาพยนตร์ในเมืองไทย ชื่อเรื่อง “นางสาวสุวรรณ” กำกับภาพยนตร์โดยนายเฮนรี่ อเล็กซานเดอร์ แมกเร (Henry Alexander Macrae) บริษัทภาพยนตร์จากฮอลลีวู้ด ประเทศสหรัฐอเมริกา นักแสดงในเรื่องนี้เป็นคนไทยทั้งหมด มีการถ่ายทำที่กรุงเทพฯ หัวหิน และเชียงใหม่ ถ่ายทอดเรื่องราวความรักหนุ่มสาวชาวสยามคู่หนึ่ง ต่อมาในปี พ.ศ. ๒๔๖๘ คณะสร้างภาพยนตร์จากฮอลลีวู้ดยังได้เข้ามาถ่ายทำเรื่อง “ช้าง” โดยใช้นักแสดงเป็นคนไทยทั้งหมดเช่นกัน

ตั้งแต่ปี พ.ศ. ๒๔๖๙ คนไทยได้สร้างหนังและนำออกฉายเองหลายเรื่อง มีภาพยนตร์ไทยเรื่องแรกชื่อเรื่อง “โชคสองชั้น” ออกฉายเมื่อวันที่ ๓๐ กรกฎาคม พ.ศ. ๒๔๗๐ ได้รับความนิยมจากผู้ชมเป็นอย่างมาก จากนั้นตามมาด้วยการเร่งผลิตหนังเรื่อง “ไม่คิดเลย”

พ.ศ. ๒๔๗๐ เริ่มยุคหนังเสียงที่เรียกว่า “ภาพยนตร์เสียงในฟิล์ม” หรือ “หนังพูดได้” เรื่องแรกชื่อ “The Jazz Singer” ของบริษัทภาพยนตร์ฮอลลีวู้ด มีนักธุรกิจชาวสิงคโปร์นำเข้ามาฉายในกรุงเทพฯ จึงทำให้หนังเงียบไม่ได้รับความนิยมอีกต่อไป ถือได้ว่าเป็นการสิ้นสุดยุคหนังเงียบและเริ่มยุคหนังเสียงในประเทศไทย

เมื่อสงครามโลกครั้งที่ ๒ เริ่มขึ้นในยุโรปส่งผลกระทบต่อวงการภาพยนตร์อีกครั้ง ทำให้ไม่มี

ภาพยนตร์จากฮอลลีวู้ดเข้ามาฉายในประเทศ กรุงเทพฯ ถูกทิ้งระเบิดได้รับความเสียหายอย่างหนัก ไฟฟ้าดับบ่อยครั้งและเกิดน้ำท่วมใหญ่ปี พ.ศ. ๒๔๘๕ โรงถ่ายหนังถูกน้ำท่วมเสียหาย ทำให้กิจการภาพยนตร์ต้องยุติลง

หลังสงครามโลกครั้งที่ ๒ วงการภาพยนตร์ฟื้นตัวขึ้นอีกครั้ง หนังกลางแปลงที่มาตั้งแต่สมัยรัชกาลที่ ๕ ก็ได้รับความนิยมอีกครั้ง มีการสร้างภาพยนตร์ฟิล์มขนาด ๑๖ มม. เรื่อง "สุภาพบุรุษเสือไทย" ได้รับความนิยมจากคนไทยมากกว่าหนังฮอลลีวู้ดทุกเรื่อง ส่งผลให้เกิดการผลิตภาพยนตร์ออกมาเรื่อย ๆ จนรัฐบาลออกพระราชบัญญัติส่งเสริมการลงทุนในอุตสาหกรรมภาพยนตร์ ให้สิทธิบัตรส่งเสริมการลงทุนแก่บริษัทขนาดใหญ่ และส่งเสริมการผลิตภาพยนตร์ขนาด ๓๕ มม. ที่มีลักษณะจอกว้าง ให้ภาพคมชัด แต่การถ่ายภาพยนตร์ในยุคนั้นยังมิได้มีการบันทึกเสียงไว้ก่อน จึงต้องมีการพากย์เสียงบันทึกทับลงไปในภายหลัง

ภาพยนตร์อยู่คู่กับสังคมไทยนานนับร้อยกว่าปี บอกเล่าเรื่องราวและสามารถสะท้อนประวัติศาสตร์ชาติไทยได้เช่นเดียวกับวรรณกรรมประเภทอื่น ๆ ตลอดจนบ่งบอกความนิยมของคนในชาติในแต่ละยุคแต่ละสมัยได้อีกด้วย

❖ คำศัพท์และวลี

เคลื่อนไหว	活动；运动	มหรสพ	娱乐；文娱
เชิดหุ่น	耍木偶	ลิเก	泰国民间古典戏剧
คีเนโตกราฟ	电影视镜；电影摄影机	กล้องถ่ายภาพ	摄影机；摄像机
คิเนโตสโคป	电影放映机	ซีเนมาโตกราฟ	电影摄影师；摄像机
หยุดยั้ง	停滞	วาต้าสโคป	（早期的电影）放映机
หนังเงียบ	无声电影	ภาพขาวดำ	黑白（电影、图片）
กองเกียรติยศ	仪仗队	สวิตเซอร์แลนด์	瑞士
ทอดพระเนตร	（皇语）观看	กรุงเจนีวา	日内瓦（瑞士）
ผู้สำเร็จราชการแผ่นดินต่างพระองค์	摄政王；摄政员		
คณะภาพยนตร์เร่	流动电影放映队	กระโจม	圆顶帐篷；尖顶帐篷

สำรับ （量词）套	พระราชพิธี （皇室的）典礼或仪式
พระบิดา （皇语）父亲	สารคดี 特写；传记
จินตลีลา 抒情影片	โรงหนัง 电影院
พระราชทานพระบรมราชานุญาต （皇语）允许；许可；同意	
ตราแผ่นดิน 国印；玉玺（图案）	พระราชทานชื่อ 赐名
เนื้อเรื่องย่อ 内容梗概	โปรโมชั่น 促销
ล่มสลาย 陷落；瓦解；破产	ถ่ายทอด 反映；体现
หนังเสียง 有声电影	ยุติ 停止
หนังกลางแปลง 户外电影	สิทธิบัตร 专利权；专利证书
ภาพคมชัด 画面清晰	พากย์เสียง 配音

📝 แบบฝึกหัด

๑. อธิบายพัฒนาการของภาพยนตร์ไทย

๒. ยกตัวอย่างยกตัวอย่างภาพยนตร์ไทยที่มีชื่อเสียง

๓. เป็นพระบิดาแห่งภาพยนตร์สยาม เพราะเหตุใด

📚 ความรู้เสริม

๑. วรรณกรรมการแสดงของไทย

มนุษย์เป็นสัตว์สังคมชนิดหนึ่ง นอกจากต้องทำมาหากินและเอาตัวรอดแล้ว มนุษย์ยังให้ความสำคัญกับความบันเทิงประเภทต่าง ๆ แตกต่างกันไปตามโอกาส เป็นความบันเทิงที่ช่วยให้รู้สึกผ่อนคลาย สนุกสนาน รื่นเริงและก่อเกิดความสุขทางใจ

"สังคมไทยก็เช่นกัน ตั้งแต่สมัยโบราณเป็นต้นมาคนไทยเห็นความบันเทิงเป็นสิ่งสำคัญยิ่งอย่างหนึ่ง ดังที่ ม.ร.ว. คึกฤทธิ์ ปราโมช กล่าวไว้เมื่อเขียนเกี่ยวกับชีวิตไทยในอดีตว่า คนไทยเป็นชนชาติที่เห็นว่า ความสนุกและความรื่นเริงเป็นความประสงค์สำคัญของชีวิต หากชีวิตมีความสนุก

และรื่นเริง ชีวิตนั้นก็เป็นชีวิตที่ดีและสมบูรณ์.... ความสนุกจึงออกจะเรียกด้วยว่าเป็นมาตรฐานแห่งชีวิตที่ดี" (สุรรณี อุดมผล, ๒๕๔๓)

การแสดงของไทยมีมาแต่เมื่อไรไม่มีหลักฐานปรากฏแน่ชัด แต่สามารถแบ่งวรรณกรรมการแสดงของไทยออกเป็นช่วง ๆ ดังนี้ (๑) สมัยก่อนประวัติศาสตร์ (๒) สมัยสุโขทัย (๓) สมัยอยุธยา และ (๔) สมัยธนบุรี และ (๕) สมัยรัตนโกสินทร์

สมัยก่อนประวัติศาสตร์พบหลักฐานภาพสลักหิน ภาพปูนปั้นดินเผา หรือรูปสำริดต่าง ๆ ที่เกี่ยวข้องกับการฟ้อนรำ

สมัยสุโขทัย เป็นยุคสมัยที่คนไทยมีภาษาไทยใช้ เรื่องราวต่าง ๆ ได้รับการบันทึกและจดจารเป็นลายลักษณ์อักษรมากขึ้น ในยุคสมัยนี้มีการแสดงประเภท ระบำ รำ เต้นแล้ว

สมัยอยุธยา การแสดงในสมัยนี้มีเพิ่มขึ้นมากกว่าสมัยสุโขทัย ยังคงมีการแสดงประเภทระบำ รำ ฟ้อน และปรากฏการแสดงประเภทหนังและระบำ นอกจากนี้ยังมีการแสดงโขน หุ่น (กระบอก) และละครอีกด้วย

สมัยธนบุรี หลังการเสียกรุงศรีอยุธยาครั้งที่ ๒ ในปี พ.ศ. ๒๓๑๐ วรรณกรรมการแสดงของไทยได้หยุดชะงักไปพักหนึ่ง เนื่องจากศึกสงครามและการก่อร่างสร้างเมือง แม้จะเป็นระยะเวลาสั้น ๆ เพียง ๑๕ ปี แต่สมเด็จพระเจ้าตากสินมหาราชก็ทรงฟื้นฟูศิลปะการแสดงของไทยขึ้นอีกครั้ง โดยเฉพาะอย่างยิ่งในด้านการละคร ทรงให้รวบรวมตัวละครต่าง ๆ ที่กระจัดกระจายไปในคราวเสียกรุงกลับมารวบรวมตั้งเป็นคณะหลวงขึ้นอีกครั้ง และพระองค์เองยังทรงพระราชนิพนธ์บทละครเรื่องรามเกียรติ์ไว้เพื่อใช้ในการเล่นละครปลุกใจให้ทหารหึกเหิม นอกจากการแสดงประเภทละครแล้วการแสดงประเภทอื่น ๆ ก็ฟื้นตัวขึ้นอีกครั้งทั้งโขน งิ้ว และหนัง

สมัยรัตนโกสินทร์ พระบาทสมเด็จพระพุทธยอดฟ้าจุฬาโลกมหาราชทรงโปรดให้ฟื้นฟูศิลปวิทยาการต่าง ๆ รวมถึงวรรณกรรมการแสดงประเภทต่าง ๆ ด้วย ทรงโปรดให้หัดโขนและหุ่นขึ้นในสมัยนี้มีละครผู้หญิงซึ่งทรงโปรดให้เล่นในวังหลังอย่างเดียว เช่น บทละครเรื่องอิเหนา ดาหลัง อุณรุท และรามเกียรติ์ เป็นต้น ในสมัยรัชกาลที่ ๒ ทรงโปรดให้หัดละครเด็กขึ้น ๑ คณะ และพระองค์เองยังทรงพระราชนิพนธ์บทละครขึ้นเช่นเดียวกัน ในสมัยรัชกาลที่ ๓ พระองค์ไม่โปรดการละคร เมื่อเสวยราชย์ก็ให้เลิกละครหลวงไป แม้แต่โขนก็ให้ทรงยกเลิกเช่นเดียวกัน อย่างไรก็ตามการให้ทรงยกเลิกละครนี้ทำให้เจ้านายต่าง ๆ พากันหัดละครมากขึ้น จึงทำให้การละครเจริญ

ขึ้น เมื่อมีงานต่าง ๆ ยังคงมีมหรสพหลายชนิด เช่น โขน หุ่น ละคร งิ้ว หนัง เป็นต้น ในสมัยรัชกาล
ที่ ๔ พระองค์ไม่ทรงรังเกียจการละคร จึงทรงโปรดให้รื้อฟื้นละครขึ้นมาใหม่ การละครในยุคนี้
เฟื่องฟูขึ้นอีกครั้ง จึงทรงให้มีการเก็บภาษีจากการแสดงประเภทต่าง ๆ สมัยรัชกาลที่ ๕ มหรสพ
ประเภทต่าง ๆ ยังคงมี เช่นเดียวกับรัชกาลก่อน แต่มีการพัฒนาการแสดงประเภทต่าง ๆ ให้มีความ
หลากหลายมากยิ่งขึ้น เช่น การพัฒนาการแสดงโขนให้มีหลากหลายรูปแบบ ในสมัยนี้พระองค์ทรง
ส่งเสริมและพระราชนิพนธ์บทละครไว้หลายเรื่อง จึงให้ค่อย ๆ ยกเลิกการเก็บภาษีลงทีละน้อยจน
หมดไป ในสมัยนี้ คนไทยไปเห็นชาวต่างชาติแสดงละครรูปแบบต่าง ๆ จึงเกิดการผสมผสานและ
รับอิทธิพลการแสดงละครจากต่างประเทศเข้ามามากขึ้น ละครไทยจึงมีรูปแบบหลากหลายในสมัย
รัชกาลที่ ๖ มีชาวอเมริกันให้ความสนใจกับละครไทย ละครไทยจึงได้มีโอกาสไปจัดการแสดงที่
ประเทศสหรัฐอเมริกาเมื่อปี พ.ศ. ๒๔๖๗ ในสมัยรัชกาลที่ ๗ สภาพเศรษฐกิจซบเซา พระองค์จึงให้
ยุบกรมมหรสพ แต่การละครก็ยังคงดำเนินต่อไปอยู่ จากนั้นหลังการเปลี่ยนแปลงการปกครอง พ.ศ.
๒๔๗๕ กรมศิลปากรได้รวบรวมศิลปิน โขน ละคร และนักดนตรีขึ้นอีกครั้ง

ปัจจุบันนี้ภาพยนตร์ไทยมีการพัฒนาไปอย่างมาก ภาพยนตร์ไทยหลายเรื่อง มีชื่อเสียง ได้รับ
ความนิยม ได้รับรางวัลและเป็นที่ยอมรับในระดับโลก เช่น เรื่อง "สันติ - วีณา (Santi-Vina)" เรื่อง
ราวของสันติหนุ่มตาบอด ที่พบรักกับวีณาหญิงสาว ผู้มอบความรักให้เขาด้วยใจบริสุทธิ์ แต่กลับ
ต้องเผชิญมรสุมในชีวิตมากมายทำให้สันติต้องสูญเสียคนรัก เขาจึงเดินหน้าสู่เส้นทางศาสนาใน
ที่สุด ภาพยนตร์เรื่องนี้เป็นภาพยนตร์ไทยเรื่องแรกที่เข้าประกวดภาพยนตร์นานาชาติเป็นครั้งแรก
ในงานประกวดภาพยนตร์นานาชาติแห่งเอเชียตะวันออกครั้งที่ ๑ ณ กรุงโตเกียวประเทศญี่ปุ่น และ
ได้รับรางวัลชนะเลิศถึง ๓ รางวัล คือ รางวัลถ่ายภาพยอดเยี่ยม ฝ่ายศิลป์ยอดเยี่ยม และภาพยนตร์ที่
มีการเผยแพร่วัฒนธรรมดีเด่น และ "สิ่งเล็ก ๆ ที่เรียกว่ารัก (First Love)" เรื่องราวของน้ำสาวน้อย
วัยมัธยมต้นที่แอบชอบพี่โชนหนุ่มหล่อมัธยมปลาย ทำให้น้ำมีคู่แข่งมากมาย แต่เธอพยายามทำ
ทุกวิถีทาง เพื่อจะให้สวยและเก่งขึ้นจนได้เป็นดาวโรงเรียน มีคนเข้ามาจีบเป็นสิบ ยกเว้นพี่โชน
คนที่เธอรอคอยอยู่คนเดียว ภาพยนตร์เรื่องนี้คว้ารางวัล Audience Grand Prize จากงาน Okinawa
International Movie Festival 2011 ประเทศญี่ปุ่น สาขา Laugh Film พร้อมรางวัลเทศกาลหนังฟาร์
อีสต์ฟิล์มเฟสติวัลครั้งที่ ๑๓ ประเทศอิตาลี สาขา Technicolor Asia Award และยังได้รับเกียรติให้

เข้าฉายในสาย Informative Section ในเทศกาล Zling International Film Festival for Children & Youth สาธารณรัฐเช็ก และเทศกาลหนังฟาร์อีสต์ฟิล์ม อูดิเน่ ประเทศอิตาลีโดยคว้ารางวัล Post Production Award ทั้งยังชนะใจแฟน ๆ ทั้งในฟิลิปปินส์ อินโดนีเซีย และจีน ซึ่งบริษัทภาพยนตร์ของจีนซื้อหนังเรื่องนี้ไปฉายเป็นทางการในโรงภาพยนตร์ ๖,๐๐๐ แห่งทั่วประเทศจีน

ในปัจจุบันนี้วรรณกรรมการแสดงประเภทต่าง ๆ ดั้งเดิมของไทยสูญหายไปตามกาลเวลา เนื่องมาจากภาพยนตร์เข้ามามีบทบาทในสังคมไทยมากขึ้น แต่ก็มีพัฒนาการทุกด้านไปอย่างไม่หยุดยั้ง หลายเรื่องเป็นที่นิยมทั้งในไทยและเทศ

๒. การละครของไทย

การละครเป็นศิลปะการเล่าเรื่องชนิดหนึ่ง มนุษย์ทุกชาติทุกเผ่าพันธุ์ย่อมมีการแสดงละครเพื่อความบันเทิง สนุกสนาน เพลิดเพลินใจ ตลอดจนเพื่อถ่ายทอดและบันทึกเรื่องราวต่าง ๆ ของสังคมในแต่ละยุค แต่ละสมัยผ่านการละคร

สุมนมาลย์ ได้แบ่งองค์ประกอบของการละครไทยไว้ ๔ ประการคือ (๑) เรื่องที่ชวนติดตาม (Story) (๒) เนื้อหาโดยสรุปเกี่ยวกับความต้องการนั้น ๆ (Subject) (๓) นิสัยตัวละครที่สอดคล้องไปกับเนื้อเรื่อง (Characterization) และ (๔) บรรยากาศรอบ ๆ ตัวละครที่ชวนให้รู้สึกคล้อยตามไปกับตัวละครและเนื้อเรื่อง (Atmosphere)

ละครเปรียบเสมือนกระจกบานใหญ่สะท้อนสังคมและรวบรวมศิลปะแขนงต่าง ๆ เข้าไว้ด้วยกัน ลักษณะของการละครไทยแต่โบราณมักมีองค์ประกอบที่แสดงออกถึงความเชื่อทางศาสนาอย่างน้อย ๔ ประการ คือ (๑) ผู้ให้กำเนิดทุกสิ่งทุกอย่างมักไม่ใช่มนุษย์ธรรมดา โดยมากมักมีความเกี่ยวพันกับสิ่งศักดิ์สิทธิ (๒) มีความเชื่อและความศรัทธาต่อเทวดา ครู ผี เช่น จะต้องมีพิธีไหว้ครูเพื่อแสดงความเคารพและความกตัญญูต่อครูอาจารย์ (๓) ธรรมเนียมและเคล็ดลางที่เชื่อถือกันในการแสดงโขน ละคร ดนตรี ปี่พาทย์ เช่น การโหมโรง ซึ่งเป็นการบรรเลงดนตรีก่อนเริ่มการแสดงเพื่อแจ้งให้ทราบว่า การแสดงนั้นกำลังจะเริ่มขึ้นในไม่ช้า และ (๔) การแสดงและการละเล่นของไทยในสมัยโบราณนิยมแสดงเฉพาะในโอกาสที่เกี่ยวข้องกับความเชื่อทางศาสนา เช่น พิธีกรรมที่เกี่ยวข้องกับการทำมาหากิน ชีวิตของผู้คนในชุมชนหรือสังคม

การละครไทยในสมัยโบราณหาชมยาก ส่วนใหญ่เป็นการแสดงในเขตพระราชฐานให้แด่พระ

มหากษัตริย์ พระบรมวงศานุวงศ์ เจ้าขุนมูลนายหรือข้าราชการชั้นสูงจึงจะได้มีโอกาสได้รับชม แต่ในปัจจุบันสังคมได้เปลี่ยนแปลงไปการละครจึงมิได้จำกัดอยู่ในวงแคบผู้คนทั่วไปก็สามารถหาชมได้ไม่ยาก

❖ คำศัพท์และวลี

ผ่อนคลาย 缓和；减缓	ภาพสลักหิน 石刻
ภาพปูนปั้นดินเผา 陶器上的图案	รูปสำริด 合金造型
จดจาร 铭刻	หยุดชะงัก 停滞；停顿
ก่อร่างสร้างเมือง 建设	กระจัดกระจาย 分散
ปลุกใจ 鼓舞人心；激发感情	หึกเหิม 骁勇；勇猛
เสวยราชย์ 登基	รังเกียจ 厌恶；憎恶；排斥；反对
รื้อฟื้น 恢复	เฟื่องฟู 繁荣；昌盛；兴旺
ยุบ 解散；取消；撤销；废除	มรสุม 动荡；动乱；风云
รางวัลชนะเลิศ 冠军	สาธารณรัฐเช็ก 捷克共和国
เคล็ดลาง 窍门；诀窍；征兆	ปี่พาทย์ 泰国民族乐队
พระราชฐาน 宫禁；禁城	เจ้าขุนมูลนาย 官僚；达官显贵

ความรู้ที่เกี่ยวข้อง

泰国电影

泰国电影业历史悠久。1897年6月10日，在蒙昭阿朗甘剧院（โรงละครหม่อมเจ้าอลังการ）首次放映电影并售卖电影票，开启了泰国电影放映的先河。泰国报纸《曼谷时光》（*หนังสือพิมพ์บางกอกไทมส์*）于6月9日对该次电影放映活动进行了宣传。此后，陆续有外国人到泰国租用剧场、酒店或搭建临时帐篷放映电影。

1906年，日本人塔·瓦达那贝租用了胜利寺后面的空地并搭建了一座圆顶大帐放映日俄战争影片、纪录片或其他类型的影片，受到了民众的喜爱。此后，他又租用胜利寺后面的空地修建了泰国第一座正式电影院,命名为"日本电影放映机"（Japanese Cinematograph）,而泰国人更喜欢将该电影院称为"日本电影院",而且只要在这里播放的影片都统统被称为"日本电影"。看到该影院生意红火,泰国商人开始转向投资电影放映业。

1922年发生了泰国电影史上又一件大事。美国好莱坞获得泰国国王同意在泰国拍摄了第一部泰国影片《少女苏婉》（*เรื่องนางสาวสุวรรณ*）,该片演员均为泰国人。1923年影片拍摄完成,拉玛六世王观看了该片。1925年,好莱坞的另一个影视拍摄团队在泰国拍摄了另一部影片《象》（*เรื่องช้าง*）。

1927年7月30日,由泰国人自己创作拍摄的黑白无声影片《幸运》（*เรื่องโชคสองชั้น*）在帕塔纳宫影院（*โรงพัฒนากร*）首播,标志着泰国拥有了第一部商业电影,也是第一部观众人数最多的影片。

此后,泰国电影业取得了长足进步,创作拍摄了《暹罗王后》（*เรื่องสุริโยไท*）《娘娜》（*เรื่องนางนาก*）《小情人》（*เรื่องแฟนฉัน*）《伤疤》（*เรื่ององค์บาก*）《开场锣鼓》（*เรื่องโหมโรง*）等知名影片以及动画片《素萨昆》（*เรื่องสุดสาคร*）《甘格瑞》（*เรื่องก้านกล้วย*）《佛祖》（*เรื่องพระพุทธเจ้า*）等。

编者译自 กระทรวงวัฒนธรรม, ศิลปวัฒนธรรม (บริษัททอมรินทร์พริ้นติ้ง แอนด์ พับลิชชิ่ง จำกัด, 2014), p.128.

บทที่ ๑๖
อาหารไทย

จุดประสงค์การเรียนรู้

๑. นักศึกษาสามารถอธิบายจุดเด่นของอาหารไทยได้

๒. นักศึกษาสามารถอธิบายพัฒนาการของอาหารไทยในแต่ละยุคสมัยได้

๓. นักศึกษาสามารถสรุปลักษณะสำคัญของอาหารไทยในแต่ละยุคสมัยได้

๔. นักศึกษาสามารถสรุปอิทธิพลของวัฒนธรรมต่างประเทศที่มีต่ออาหารไทยได้

อาหารไทย คือ อาหารประจำชาติของไทยที่มีการสั่งสมและถ่ายทอดมาอย่างต่อเนื่องตั้งแต่อดีต จนกลายเป็นเอกลักษณ์ประจำชาติ และมีพัฒนาการเรื่อยมาจนถึงปัจจุบัน ถือได้ว่าอาหารไทยเป็นวัฒนธรรมประจำชาติที่สำคัญของไทย โดยอาหารไทยมีที่มาจากการเป็นประเทศเกษตรกรรมของไทย ซึ่งประเทศไทยนั้นเป็นแหล่งอู่ข้าวอู่น้ำที่สำคัญประเทศหนึ่งของโลก ดังที่ได้มีการจารึกในศิลาจารึกหลักที่ ๑ พ่อขุนรามคำแหงมหาราช ความว่า "ในน้ำมีปลา ในนามีข้าว" อันแสดงให้เห็นถึงความอุดมสมบูรณ์ในอดีตของไทย

จุดเด่นของอาหารไทย

อาหารไทยมีจุดเด่น ๒ ด้าน คือ ด้านอาหารหลัก และด้านแหล่งที่มา

๑) ด้านอาหารหลัก ข้าวเป็นอาหารหลักของคนไทยมาตั้งแต่อดีตจนถึงปัจจุบัน ข้าวที่นิยมบริโภคนั้น มี ๒ ประเภท คือ ข้าวเจ้าและข้าวเหนียว นอกจากข้าวจะเป็นอาหารหลักของไทยแล้ว ข้าวยังเป็นพืชเศรษฐกิจส่งออกสำคัญ ซึ่งนำรายได้เข้าสู่ประเทศปีละหลายแสนล้านบาท โดยประเทศไทยเป็นผู้ส่งออกข้าวเป็นอันดับต้น ๆ ของโลก ข้าวไทยมีลักษณะเม็ดเรียวยาวอวบอิ่ม โดยเฉพาะ "ข้าวหอมมะลิ" ของไทย ซึ่งมีชื่อเสียงและเอกลักษณ์ในด้านความหอมชวนน่ารับประทาน

ตลอดจนอุดมไปด้วยคุณประโยชน์และคุณค่าทางโภชนาการมากมาย ไม่ว่าจะเป็นคาร์โบไฮเดรต โปรตีน วิตามิน และแร่ธาตุที่จำเป็นต่อร่างกาย

๒) ด้านแหล่งที่มาของอาหาร ซึ่งมีความหลากหลาย จึงเป็นลักษณะเด่นของอาหารไทยอีก ประการ โดยอาหารไทยมีทั้งปลา ผักสด อาหารเผ็ด อาหารประเภทผัดไฟแรง และเนื้อสัตว์ แต่ เดิมวิถีชีวิตคนไทยมีความผูกพันกับสายน้ำมาโดยตลอด สัตว์น้ำอย่างปลาจึงเป็นเนื้อสัตว์ในการ ประกอบอาหาร ด้วยกรรมวิธีการปรุงอย่างง่าย เช่น ปลาปิ้งปลาต้ม แต่หากทานไม่หมดจะมีการนำ ไปแปรรูปเป็นปลาเค็ม ปลาแดดเดียว ปลาแห้ง หรือปลาร้า โดยจะกินกับน้ำพริกและผักสด เพราะ ว่าผักสดมักหาได้ง่ายตามหนองน้ำและชายป่า อาหารของคนไทยแต่เดิมจะประกอบไปด้วยข้าว ปลา น้ำพริก และผักสด จึงเป็นที่มาของสำนวนที่ว่า "กินข้าวกินปลา" ส่วนอาหารเผ็ดที่ได้จาก เครื่องแกงนั้นเป็นการรับวัฒนธรรมเครื่องปรุงอาหารมาจากต่างชาติตั้งแต่สมัยกรุงศรีอยุธยา โดย บาทหลวงชาวโปรตุเกสที่เข้ามาเผยแพร่ศาสนาในสมัยพระนารายณ์มหาราช นอกจากนี้ยังมีอาหาร ประเภทผัดไฟแรง ซึ่งเป็นการรับอิทธิพลอาหารจีนจากชาวจีนอพยพที่เข้ามาตั้งรกรากมากขึ้นสมัย กรุงรัตนโกสินทร์ตอนต้น ในเวลาต่อมาประเทศไทยเริ่มมีการขายเนื้อสัตว์เป็นอาชีพและมีโรงฆ่า สัตว์มากขึ้น จึงทำให้ความนิยมในการบริโภคเนื้อสัตว์ประเภทอื่น ๆ เพิ่มขึ้นตาม โดยจะใช้เครื่อง เทศอย่างกระชายและขิง เพื่อดับกลิ่นคาวจากเนื้อสัตว์

พัฒนาการอาหารไทย

ยุคก่อนประวัติศาสตร์ อาหารไทยมีวิวัฒนาการยาวนานมาตั้งแต่ยุคก่อนประวัติศาสตร์ นัก โบราณคดีขุดค้นพบข้าวเปลือก กระดูก และก้างปลาหมอในช่องท้องของโครงกระดูกผู้หญิงอายุ ราว ๓,๐๐๐ ปีที่บ้านโคกพนมดี อ.พนัสนิคม จ.ชลบุรี และยังพบซากปลาช่อนอยู่ในหม้อดินเผาที่ ต.พลสงคราม อ.เนินสูง จ.นครราชสีมา ซึ่งมีอายุไม่น้อยกว่า ๓,๐๐๐ ปีเช่นกัน จึงสันนิษฐานได้ว่า คนไทยเมื่อ ๓,๐๐๐ ปีก่อนนั้นกินข้าวและปลาเป็นอาหาร

ยุคประวัติศาสตร์ กอบแก้วนาจพินิจ(๒๕๔๒) ได้แบ่งอาหารไทยเป็น ๔ ยุคตามประวัติศาสตร์ ชาติไทย คือ สมัยสุโขทัย สมัยอยุธยา สมัยธนบุรี และสมัยรัตนโกสินทร์

สมัยสุโขทัย "ศิลาจารึกหลักที่ ๑ พ่อขุนรามคำแหงมหาราช" มีการกล่าวถึงข้าว เนื้อสัตว์อย่าง ปลาและผลไม้ เช่น มะม่วง มะขาม และมะพร้าว นอกจากนี้ยังมีหลักฐานอื่นซึ่งปรากฏคำว่า "แกง"

อันเป็นลักษณะการปรุงอาหารประเภทหนึ่ง ตลอดจนกล่าวถึงผักชนิดต่าง ๆ เช่น แฟง แตง และน้ำ
เต้า ส่วนของหวานมักใช้วัตถุดิบพื้นบ้าน เช่น ข้าวตอกและน้ำผึ้งมาเป็นส่วนประกอบหลัก ผู้คน
ในสมัยนี้จะนิยมรับประทานผลไม้ตามฤดูกาลแทนของหวาน อาหารของคนไทยในสมัยนี้จึงเป็น
อาหารง่าย ๆ และหาทานได้ในท้องถิ่น

สมัยอยุธยา มีการเจริญสัมพันธไมตรีกับชาวต่างประเทศมากขึ้น ทั้งทางด้านการทูตและ
การค้า มีการบันทึกเรื่องราวและวัฒนธรรมด้านอาหารไว้อย่างชัดเจน โดยเฉพาะบันทึกและ
จดหมายเหตุชาวต่างชาติว่า คนไทยในสมัยนี้ยังคงนิยมทานปลา ปรุงด้วยการปิ้ง ย่าง ต้มหรือแกง มี
แกงปลาต่าง ๆ เช่น แกงที่ใส่หัวหอม กระเทียม สมุนไพร และเครื่องเทศกลิ่นแรง ๆ อื่น ๆ เพื่อดับ
กลิ่นคาวของเนื้อปลา มีการใช้น้ำมันประกอบอาหารบ้าง แต่เป็นน้ำมันที่ได้จากมะพร้าวและกะทิ มี
การถนอมอาหารด้วยการนำไปตากแห้งทำเป็นปลาเค็ม มีอาหารประเภทเครื่องจิ้มอย่างน้ำพริกกะปิ
อาหารต่างประเทศเริ่มเข้ามามากขึ้นในสมัยสมเด็จพระนารายณ์มหาราช เช่น ขนมจากโปรตุเกส
อย่าง ทองหยิบ ทองหยอด เหล้าองุ่นจากสเปน เปอร์เซีย และฝรั่งเศส ส่วนอิทธิพลของอาหารจีน
เริ่มแพร่หลายในช่วงกรุงศรีอยุธยาตอนปลาย เนื่องจากไทยตัดความสัมพันธ์กับชาติตะวันตก จะ
เห็นได้ว่าในสมัยนี้วัฒนธรรมด้านอาหารไทยนั้นมีความหลากหลายมากขึ้น

สมัยธนบุรี เป็นช่วงเวลาสั้น ๆ เพียง ๑๕ ปี วัฒนธรรมด้านอาหารไทยยังคงมีความคล้ายคลึง
และใกล้เคียงกับอาหารไทยในสมัยอยุธยา แต่เนื่องจากมีคนจีนโพ้นทะเลอพยพเข้ามาตั้งถิ่นฐานมาก
ขึ้นในสมัยนี้ จึงเกิดการถ่ายทอดวัฒนธรรมด้านอาหารจีนอย่างเห็นได้ชัด

สมัยรัตนโกสินทร์ อาหารไทยในสมัยกรุงรัตนโกสินทร์มีความหลากหลายมากขึ้นทั้งอาหาร
คาว อาหารหวาน และอาหารว่าง สามารถแบ่งได้ ๒ ยุค ยุคที่ ๑ สมัยรัชกาลที่ ๑ จนถึงสมัยรัชกาลที่
๓ และยุคที่ ๒ สมัยรัชกาลที่ ๔ จนถึงรัชกาลปัจจุบัน

อาหารไทยสมัยรัตนโกสินทร์ยุคที่ ๑ (พ.ศ. ๒๓๒๕-๒๓๙๔) มีลักษณะคล้ายคลึงกับสมัย
ธนบุรี ยังคงได้รับอิทธิพลอาหารจีนเพิ่มขึ้นเรื่อย ๆ สังเกตได้จากการใช้หมูเป็นส่วนประกอบของ
อาหาร ซึ่งเดิมทีคนไทยไม่นิยมบริโภคหมูมากเท่าคนจีน รวมไปถึงการรับอิทธิพลอาหารนานาชาติ
อื่น ๆ เช่น อาหารที่ปรุงด้วยเครื่องเทศแบบอิสลาม จนกระทั่งมีการปรับเปลี่ยนผสมกลมกลืนเป็น
อาหารไทยในที่สุด ใน "บทพระราชนิพนธ์กาพย์แห่เรือชมเครื่องคาวหวานของรัชกาลที่ ๒" ทรง

กล่าวถึงอาหารคาวและอาหารหวานหลายชนิด อาหารคาว เช่น แกงชนิดต่าง ๆ เครื่องจิ้ม ยำต่าง ๆ อาหารหวานหรือขนมที่มีน้ำหวานและกะทิเป็นส่วนประกอบ อย่าง ซ่าหริ่ม บัวลอย ในยุคนี้ไม่เพียงแต่อาหารคาวและอาหารหวาน แต่ยังมีอาหารว่างเพิ่มขึ้นมา โดยอาหารว่างส่วนใหญ่เป็นอาหารว่างคาว เช่น หมูแนม ล่าเตียง หรุ่ม เป็นต้น จึงสะท้อนภาพอาหารไทยในราชสำนักได้อย่างเด่นชัด เป็นยุคสมัยที่มีศิลปะในการประกอบอาหารได้ค่อนข้างสมบูรณ์ ทั้งรส กลิ่น สี และการตกแต่งอย่างประณีตสวยงาม

อาหารไทยสมัยรัตนโกสินทร์ยุคที่ ๒ (พ.ศ. ๒๓๙๕-ปัจจุบัน) ประเทศไทยในยุคนี้พัฒนาและเจริญก้าวหน้าไปอย่างมาก มีการฟื้นฟูสัมพันธไมตรีกับชาติตะวันตก การจัดตั้งโรงพิมพ์แห่งแรกในประเทศไทย ทำให้เริ่มมีการบันทึกและตีพิมพ์ตำรับอาหารการกินของไทยมากขึ้น โดยเฉพาะในสมัยรัชกาลที่ ๕ ที่มีบทพระราชนิพนธ์กล่าวถึงอาหารและวัฒนธรรมการกินของคนไทยในสมัยนั้น เช่น บทพระราชนิพนธ์ เรื่องไกลบ้าน จดหมายเหตุเสด็จประพาสต้น รวมไปถึงบันทึกต่าง ๆ อาหารไทยในยุคนี้มีความหลากหลายทั้งที่เป็นกับข้าว อาหารจานเดียว อาหารว่าง อาหารคาว อาหารหวานและอาหารนานาชาติ ทั้งวิธีการปรุงแบบราชสำนักและวิธีปรุงแบบชาวบ้านสืบทอดมาจนถึงปัจจุบัน ทว่าอาหารไทยบางชนิดในปัจจุบันมีวิธีการปรุงตลอดจนส่วนประกอบผิดเพี้ยนไปจากเดิมบ้าง จึงทำให้รสชาติของอาหารไทยบางชนิดไม่ใช่ตำรับดั้งเดิมบ้างก็ขาดความประณีตที่น่าจะถือว่าเป็นเอกลักษณ์ที่สำคัญของอาหารไทยไป

วัฒนธรรมอาหารไทยในยุคปัจจุบัน

วัฒนธรรมอาหารไทยในปัจจุบันเกิดการเปลี่ยนแปลงและมีความหลากหลายมากยิ่งขึ้น เนื่องด้วยสภาพสังคมที่เปลี่ยนแปลงไปทำให้ผู้คนโดยเฉพาะในเมืองหลวงเร่งรีบ แข่งขัน ต้องออกไปทำงานนอกบ้าน ไม่มีเวลาทำกับข้าวด้วยตัวเอง จึงนิยมบริโภคอาหารนอกบ้านมากขึ้น ทั้งอาหารจานด่วน อาหารจานเดียว ข้าวแกง ก๋วยเตี๋ยว ตามร้านอาหารตามสั่ง ร้านข้าวแกง ร้านก๋วยเตี๋ยว บ้างก็สั่งอาหารทางออนไลน์ ทั้งง่าย สะดวกและรวดเร็ว คนไทยในปัจจุบันยังนิยมทานอาหารบุฟเฟ่ต์ประเภทต่าง ๆ เช่น หมูจุ่ม หมูกระทะ อาหารปิ้งย่าง อาหารนานาชาติ อาหารทะเล ไอศกรีมและเค้ก เป็นต้น สำหรับกระแสการบริโภคอาหาร อาหารหวานที่ได้รับความนิยมในปัจจุบันคงจะหนีไม่พ้นชานมไข่มุก บิงซูหรือน้ำแข็งใสเกาหลี (Korean Bingsu) รสชาติต่าง ๆ เช่น บิงซูทุเรียน บิงซู

มะม่วง ตลอดจนความนิยมในการทานซอสไข่เค็ม โดยดัดแปลงและผสมผสานเป็นขนมชนิดต่าง ๆ เช่น ขนมเปี๊ยะไข่เค็มลาวา ขนมปังปิ้งราดน้ำผึ้ง อย่าง ฮันนี่โทศไข่เค็ม แต่สำหรับหนุ่มสาวบาง ส่วนที่ใส่ใจและรักสุขภาพก็จะหันมาบริโภคอาหารสะอาดหรืออาหารคลีน (Clean Food) มากขึ้น นอกจากนี้วัฒนธรรมอาหารริมทางของไทยหรือที่เรียกกันว่าสตรีทฟู้ดส์ (Street Food) ยังมีชื่อเสียง เป็นอันดับต้น ๆ ของโลก ด้วยความหลากหลายทั้งอาหารหวาน ผลไม้ และเครื่องดื่มทั้งไทยและ เทศ โดยอาหารริมทางเหล่านี้มีลักษณะเป็นหาบเร่หรือรถเข็นขายอาหารสามารถพบเห็นได้ทั่วไป ปัจจุบันอาหารไทยยังได้รับอิทธิพลจากต่างชาติมากขึ้น จึงทำให้เกิดอาหารสไตล์ฟิวชั่นหรือฟิวชั่น ฟู้ดส์ (Fusion Food) มากขึ้น ซึ่งเป็นการผสมผสานระหว่างอาหารไทยและอาหารนานาชาติ ตกแต่ง อย่างสวยงาม ทันสมัย และน่ารับประทาน

วัฒนธรรมอาหารไทยมีความหลากหลายทั้งอาหารคาว อาหารหวาน อาหารว่าง และเครื่องดื่ม มีการเปลี่ยนแปลง ถ่ายทอด รับเอาวัฒนธรรมนานาชาติมาดัดแปลง ปรับเปลี่ยนและผสมกลมกลืน เป็นอาหารไทยที่มีเสน่ห์ มีเอกลักษณ์และน่าลิ้มลอง

❖ **คำศัพท์และวลี**

สั่งสม	收集；积累	เรียวยาว	细长
อวบอิ่ม	饱满；丰茂	โภชนาการ	营养；滋养；营养学
คาร์โบไฮเดรต	碳水化合物；糖类	โปรตีน	蛋白质
น้ำพริก	辣椒酱	หนองน้ำ	池沼；沼泽
ชายป่า	树林边缘	บาทหลวง	神父
รกราก	定居处；原籍	เครื่องเทศ	香料
กระชาย	（植物）垂花山奈	กลิ่นคาว	腥臭
ช่องท้อง	腹腔	แฟง	（植物）西葫芦
น้ำเต้า	（植物）葫芦	ข้าวตอก	米花
ถนอม	保存；保藏	ตากแห้ง	晾晒；晒干
เครื่องจิ้ม	蘸料	แพร่หลาย	普及；普遍；流行

บัวลอย 汤圆

หรุ่ม 一种用肉末和鸡蛋丝做成的点心

ออนไลน์ 在线

ชานมไข่มุก 珍珠奶茶

ซอส 调味汁；酱汁

หาบเร่ 小贩；摊贩；货郎

ลิ้มลอง 品尝；尝试

หมูแนม 米粉拌猪肉

ตำรับ 配方；处方

อาหารบุฟเฟ่ต์ 自助餐

บิงซู 冰沙

สตรีทฟู้ดส์ 街边摊；街头美食

ฟิวชั่นฟู้ดส์ 融合菜式

แบบฝึกหัด

๑. อธิบายจุดเด่นของอาหารไทย

๒. อธิบายพัฒนาการของอาหารไทยตามแต่ละยุคสมัยและยกตัวอย่างประกอบด้วย

๓. สรุปและอธิบายลักษณะสำคัญของอาหารไทยยุคปัจจุบัน

๔. อธิบายความหมายและที่มาของสำนวนไทย "กินข้าวกินปลา"

๕. สรุปอิทธิพลของวัฒนธรรมต่างประเทศที่มีต่ออาหารไทย

ความรู้เสริม

๑. อาหารไทยในแต่ละภาค

ประเทศไทยมีความหลากหลายทางด้านอาหาร สามารถแบ่งประเภทอาหารตามภาคต่าง ๆ ได้ ๔ ภาค คือ อาหารภาคเหนือ อาหารภาคอีสาน อาหารภาคกลาง และอาหารภาคใต้

อาหารภาคเหนือ

ในอดีตภาคเหนือของไทยเคยเป็นส่วนหนึ่งของอาณาจักรล้านนามาก่อน อาณาจักรแห่งนี้ มีความเจริญรุ่งเรืองและแผ่ขยายอาณาเขตเข้าไปยังประเทศเพื่อนบ้าน เช่น พม่า ลาว ผู้คนจากดิน แดนต่าง ๆ อพยพเข้ามาตั้งถิ่นฐานในภาคเหนือของไทย จึงมีการถ่ายทอดวัฒนธรรมอาหารการกิน

เข้ามาผสมกลมกลืนกับอาหารท้องถิ่นภาคเหนือดั้งเดิม   จนกลายเป็นอาหารภาคเหนือในปัจจุบัน ซึ่งประกอบด้วยข้าวเหนียวเป็นอาหารหลัก มีน้ำพริกชนิดต่าง ๆ เช่น น้ำพริกหนุ่ม น้ำพริกอ่อง แกง หลายชนิด เช่น แกงโฮะ แกงแค นอกจากนี้ยังมีจิ๊นส้มหรือแหนม ไส้อั่ว แคบหมู แนมกับผักสดและ ผักนึ่งชนิดต่าง ๆ ด้วยสภาพอากาศที่หนาวเย็นกว่าภาคอื่นมีส่วนสำคัญทำให้อาหารพื้นบ้านภาคเหนือ แตกต่างจากภาคอื่น ๆ อาหารส่วนใหญ่จะมีไขมันสูง เพื่อช่วยให้ร่างกายอบอุ่น เช่น น้ำพริกอ่อง แกงฮังเล ไส้อั่ว ซึ่งจะต้องใช้เนื้อสัตว์ติดมันมาเป็นส่วนผสมหลัก ประชากรบางส่วนอาศัยอยู่ใน หุบเขาและบนที่ราบสูงใกล้กับป่าเขาจะนิยมนำพืชพันธุ์ที่ขึ้นเองตามธรรมชาติ ไม่ว่าจะเป็นผักแค บอน หยวกกล้วย และผักหวานมาเป็นวัตถุดิบในการปรุงอาหารด้วย ทำให้เกิดอาหารพื้นบ้าน เช่น แกงแค แกงหยวกกล้วย แกงบอน เป็นต้น อาหารภาคเหนือที่มีชื่อเสียงอื่น ๆ เช่น แกงอ่อม ซึ่งเป็น แกงที่สามารถใส่เนื้อได้ทุกประเภท เช่น เนื้อหมู เนื้อวัว เนื้อควาย หรือเนื้อไก่ เป็นอาหารยอดนิยม โดยเฉพาะในโอกาสพิเศษ ข้าวซอย อาหารไทยลื้อดั้งเดิมที่เข้ามาเผยแพร่ในล้านนา ใช้พริกแกงคั่ว ใส่กะทิลงไปเคี่ยวให้ข้น ราดบนเส้นบะหมี่ ใส่เนื้อหรือไก่ แนมด้วยผักกาดดอง หอมแดง จะเพิ่ม พริกเผาหรือบีบมะนาวเพื่อชูรสชาติก็ยังได้ นอกจากนี้ยังมีขนมจีนน้ำเงี้ยว อาหารพื้นเมืองของชาว ไทใหญ่ เดิมใช้เส้นก๋วยเตี๋ยวเป็นหลัก ต่อมาคนท้องถิ่นดัดแปลงมาใช้เส้นขนมจีนแทน กินกับพริก ทอด แนมด้วยถั่วงอกและผักกาดดองจะอร่อยยิ่งขึ้น ซึ่งอาหารภาคเหนือรสชาติจะไม่จัดจ้านนัก มี รสเค็มเล็กน้อย ไม่ค่อยเปรี้ยวหรือหวาน และไม่นิยมใส่น้ำตาล

อาหารภาคอีสาน

ภาคอีสานของไทยมีอาณาเขตติดต่อกับประเทศลาวและกัมพูชา หากเป็นอาหารอีสานเหนือจะ มีลักษณะคล้ายกับอาหารลาว ส่วนอาหารอีสานใต้จะมีลักษณะเหมือนกับอาหารกัมพูชา เนื่องจาก เป็นกลุ่มเครือข่ายชาติพันธุ์เดียวกัน วัตถุดิบที่นำมาประกอบอาหาร ซึ่งหาได้ตามธรรมชาติส่วน ใหญ่ ได้แก่ ปลา พืชผักต่าง ๆ บางครั้งจะนำสัตว์ที่หามาได้ เช่น กบ เขียด แย้ แมลงบางชนิดมาปรุง เป็นอาหาร ด้วยสภาพพื้นที่บางแห่งในภาคอีสานนั้นมีความแห้งแล้ง เพราะมีแม่น้ำลำคลองไม่มาก นัก จึงต้องมีวิธีการถนอมอาหาร เพื่อเก็บรักษาอาหารเหล่านั้นไว้กินได้นาน ๆ เช่น การทำปลาแห้ง ปลาร้า ชาวอีสานรับประทาน ทั้งข้าวเหนียวและข้าวเจ้า ข้าวเหนียวเป็นอาหารหลักของประชากร ส่วนใหญ่ ส่วนชาวอีสานใต้รับประทานข้าวเจ้าเป็นอาหารหลัก อาหารอีสานมีหลากหลายรสชาติ

ทั้งเผ็ดเค็มเปรี้ยวหวานและขม   อาหารบางชนิดมีการผสมรสชาติทั้งเผ็ดเค็มเปรี้ยวหวานเข้าด้วย
กัน ซึ่งรสเค็มที่นำมาใช้ปรุงอาหารนั้นได้จากปลาร้า ในอดีตคนอีสานนิยมหมักปลาร้าไว้กินเอง
เนื่องจากบางพื้นที่ในภาคอีสานซึ่งติดกับแม่น้ำ เช่น แม่น้ำโขง แม่น้ำมูล และแม่น้ำชีจะมีปลา
อุดมสมบูรณ์ ประกอบกับในภาคอีสานเป็นแหล่งเกลือสินเธาว์ การทำปลาร้าจึงเป็นที่แพร่หลาย
ปัจจุบันปลาร้าพื้นบ้านของทางภาคอีสานได้มีการพัฒนาทั้งกรรมวิธีการผลิต   ปรับปรุงรสชาติ
และแปรรูปสินค้าส่งขายทั่วประเทศ และยังเป็นสินค้าส่งออกไปทั่วโลกอีกด้วย อาหารอีสานที่
มีชื่อเสียง อย่าง ตำหมากหุ่งหรือส้มหมากหุ่ง (ส้มตำ) เป็นอาหารที่ได้รับความนิยมและมีชื่อเสียง
เป็นอย่างมากในปัจจุบัน มีความแตกต่างจากส้มตำไทยตรงที่การใส่ปลาร้า ไม่ว่าจะเป็นปลาร้า
ดิบหรือปลาร้าสุกและจะไม่นิยมใส่น้ำตาล มีรสชาติเปรี้ยวเค็มเผ็ดจัดจ้านลงตัว ตำหมากหุ่งนี้เป็น
อาหารเรียกน้ำย่อย และแทบจะเรียกได้ว่าเป็นอาหารจานหลักที่ต้องมีในทุกมื้ออาหารของคนอีสาน
นอกจากนี้ยังมีอาหารอีสานอื่น ๆ ที่มีชื่อเสียง เช่น หมูน้ำตก ลาบอีสาน ก้อย คอหมูย่าง ปิ้งไก่ ต้ม
แซ่บ และไส้กรอกอีสาน เป็นต้น

อาหารภาคกลาง

ภูมิประเทศในภาคกลางเป็นที่ราบลุ่ม มีแม่น้ำลำคลองมากมายไหลผ่าน มีความอุดมสมบูรณ์
เหมาะแก่การเพาะปลูกเลี้ยงสัตว์ มีความหลากหลายทั้งพืชผักและสัตว์น้ำ พื้นที่บางส่วนติดชายฝั่ง
ทะเล ทำให้วัตถุดิบในการประกอบอาหารนั้นค่อนข้างหลากหลาย ตลอดจนการรับอิทธิพลต่าง
ประเทศ เช่น เครื่องแกง และแกงกะทิจากอินเดีย การผัดโดยใช้กระทะและน้ำมันมาจากประเทศ
จีน ขนมเบื้องไทยที่ดัดแปลงมาจากขนมเบื้องญวน ขนมหวานประเภททองหยิบทองหยอด ซึ่งรับ
อิทธิพลจากประเทศโปรตุเกส อาหารชาววังมีการประดิษฐ์ประดอยอย่างวิจิตรบรรจง สร้างสรรค์
อาหารได้เลิศรส สวยงาม เช่น ขนมช่อม่วง จ่ามงกุฎ ลูกชุบ อาหารประเภทข้าวแช่ ผักและผลไม้
แกะสลัก อาหารมักจะมีเครื่องเคียงหรือของแนม เช่น น้ำพริกลงเรือ แนมด้วยหมูหวาน แกงกะทิ
แนมด้วยปลาเค็ม และยังมีของแนมอีกหลายชนิด เช่น ผักดองขิงดอง หอมแดงดอง มีอาหารว่าง
และขนมหวานมากมาย เช่น ข้าวเกรียบปากหม้อ ข้าวตังหน้าตั้ง ปั้นขลิบ อาหารภาคกลางที่มีชื่อ
เสียงมีมากมาย เช่น มัสมั่นไก่ แกงเขียวหวาน แกงเผ็ด ผัดไทย แกงเลียง ต้มยำกุ้ง แกงจืด จะเห็นได้
ว่าอาหารภาคกลางมีความหลากหลาย แต่ส่วนมากนิยมใส่เครื่องแกงและกะทิ คนไทยในภาคกลาง

นิยมรับประทานข้าวเจ้าเป็นอาหารหลัก รสชาติอาหารมักจะหวานมัน กลมกล่อม มีความหลาก หลายทั้งอาหารคาวและอาหารหวาน

อาหารภาคใต้

ภาคใต้ของไทยมีภูมิประเทศขนาบข้างด้วยทะเล จึงมีอาหารทะเลอันอุดมสมบูรณ์ คนใต้จะนิยม ใช้กะปิซึ่งได้จากการหมักเคยหรือกุ้ง ซึ่งมีรสชาติเค็มมาใช้ในการประกอบอาหาร ภาคใต้เคยเป็น ศูนย์กลางการเดินเรือค้าขายของพ่อค้าชาวอินเดีย จีน และชวา ทำให้วัฒนธรรมต่างชาติโดยเฉพาะ อินเดียใต้ ซึ่งนิยมใช้เครื่องเทศปรุงอาหารนั้นเข้ามามีอิทธิพลอย่างมาก จึงทำให้อาหารพื้นบ้านภาค ใต้ทั่วไปมีลักษณะผสมผสานระหว่างอาหารไทยพื้นบ้านกับอาหารอินเดียใต้ อาหารภาคใต้จึงมี ความคล้ายคลึงกับอาหารมาเลเซีย ผู้คนในภาคใต้โดยเฉพาะบริเวณสามจังหวัดชายแดนภาคใต้นับถือ ศาสนาอิสลาม ผู้คนในแถบนี้จึงไม่นิยมบริโภคหมูตามความเชื่อทางศาสนา อาหารมีความหลาก หลายและแตกต่างจากภาคอื่น อาหารที่มีชื่อเสียง เช่น คั่วกลิ้ง แกงไตปลา รสชาติเผ็ดร้อน ไก่ทอด หาดใหญ่ ที่อาจจะดูคล้ายไก่ทอดทั่วไปซึ่งสามารถหาทานได้ในภาคอื่น ๆ แต่ไก่ทอดหาดใหญ่จะ มีหอมทอดโรยด้านบน ทำให้ไก่ทอดนั้นมีความหอมมากยิ่งขึ้น อาหารที่มีชื่อเสียงอีกอย่างหนึ่ง คือ ข้าวยำน้ำบูดู ซึ่งเป็นอาหารพื้นเมืองของชาวไทยมุสลิม ประกอบด้วยข้าวสวยใส่ผักนานาชนิด เช่น ถั่วฝักยาวซอย ดอกดาหลาซอย ถั่วงอก แตงกวาซอย ใบพลูซอย ใบมะกรูดอ่อนซอย กุ้งแห้งป่น ราดด้วยน้ำบูดู และโรยพริกป่นเพื่อเพิ่มความเผ็ด น้ำบูดูนี้คล้ายกับปลาร้าในภาคอีสาน แต่ได้มาจาก การหมักปลาทะเลสดผสมกับเม็ดเกลือ อาหารภาคใต้ส่วนใหญ่มีรสชาติเผ็ด ร้อน และจัดจ้านมากกว่า ภาคอื่น ๆ

อาหารไทยในแต่ละภาคหลากหลายด้วยรูป รส กลิ่น สี ส่วนผสม วัตถุดิบ และกรรมวิธีการ ปรุง แต่ต่างล้วนแสดงออกซึ่งความมีเอกลักษณ์ และรวมกันเป็นหนึ่งเดียว ซึ่งเรียกว่า "อาหารไทย"

๒. มารยาทในการทานอาหารไทย

วัฒนธรรมในการทานอาหารเป็นสิ่งสำคัญที่แสดงออกถึงซึ่งความมีมารยาทและการได้รับ การอบรมสั่งสอน ชนทุกชาติทุกภาษาย่อมมีกฎกติกาที่กำหนดไว้ร่วมกันแตกต่างกันไป สำหรับ คนไทยแล้วมารยาทในการรับประทานอาหารก็เป็นสิ่งสำคัญที่พึงมีเช่นกัน

คนไทยมักทานอาหารร่วมกันกับครอบครัวโดยเฉพาะในการร่วมรับประทานอาหารมื้อเย็น เวลาประมาณ ๑๗:๐๐ น. ถึง ๑๙:๐๐ น. คนไทยยังคงสอนลูกหลานอยู่เสมอว่า "อิ่มก่อนดูโขนดูหนัง อิ่มทีหลังล้างถ้วยล้างจาน" ซึ่งเป็นสำนวนไทยที่สอนให้เด็ก ๆ รีบทานอาหารให้เสร็จ เมื่อทานเสร็จแล้วก็จะได้ไปเล่นอย่างสนุกสนาน มิเช่นนั้นต้องเป็นผู้ทำความสะอาดจานชาม

เมื่อไปทานอาหารนอกบ้านคนไทยมักสั่งอาหารมาทานร่วมกัน มักไม่ค่อยสั่งอาหารจานเดียวมาทาน ในการทานอาหารทุกครั้งจะต้องรอให้ผู้ที่อาวุโสกว่าหรือแขกเป็นผู้ตักอาหารรับประทานก่อนเสมอ โดยใช้ช้อนกลางเพื่อตักอาหารใส่ในจานของตนเอง จะไม่ใช้ช้อนส้อมส่วนตัวในการตักอาหารจากส่วนรวม คนไทยจะใช้ช้อนส้อมเพื่อทานอาหารประเภทข้าว ใช้ตะเกียบกับช้อนสั้นเพื่อทานอาหารประเภทเส้นอย่าง ก๋วยเตี๋ยว และจะไม่ใช้มือในการจับหรือสัมผัสอาหารเป็นอันขาด เมื่อต้องการตักอาหารคนไทยไม่นิยมตักอาหารใส่จานตนเองคราวละมาก ๆ แต่จะค่อย ๆ ตักแต่พอดี หากไม่พอหรือไม่อิ่มค่อยตักเพิ่ม และมักจะไม่ตักอาหารทีละหลาย ๆ อย่างมาไว้ในจานแบบอาหารบุฟเฟ่ต์ จะตักทีละเล็กน้อยแล้วทานให้หมดเสียก่อน หากไม่อิ่มจึงตักใหม่ เมื่อต้องการตักอาหารเข้าปากก็ต้องตักอย่างพอดีคำ จะไม่ทานอย่างมูมมาน เพราะดูน่าเกลียด หากทานอาหารที่มีน้ำอย่างก๋วยเตี๋ยว แกงหรือน้ำซุปจะไม่ยกชามขึ้นมาซดเพราะถือว่าเป็นการไม่สุภาพอย่างยิ่ง แต่จะใช้ช้อนตักน้ำซุปเพื่อรับประทานแทน หากอาหารที่ตักมาชิ้นใหญ่ควรแบ่งให้เล็กลงก่อน หากไม่สามารถแบ่งให้เล็กได้จริง ๆ เมื่อตักอาหารชิ้นนั้นเข้าปากควรใช้มือปิดปากเพื่อไม่ให้ผู้อื่นเห็น หากต้องการคายเศษอาหารไม่ควร ทำให้ผู้อื่นเห็น ควรคายใส่กระดาษเช็ดปากแล้วทิ้งลงถังขยะ แต่หากไม่มีถังขยะควรเก็บไว้กับตัวเองก่อน ไม่ควรคายไว้ในจานของตน หรือคายลงบนโต๊ะอย่างเด็ดขาด หากมีอาหารบางอย่างที่ตักมาแล้ว แต่ไม่สามารถทานเข้าไปได้ ก็ควรจะเขี่ยไว้ด้านข้างในจานของตน ขณะเคี้ยวอาหารจะต้องไม่อ้าปากกว้างหรือเคี้ยวเสียงดัง โดยปกติระหว่างทานอาหารคนไทยมักไม่พูดคุยกัน แต่หากจะกระทำเช่นนั้นก็ต้องทำด้วยความสุภาพ โดยการเคี้ยวอาหารในปากให้เสร็จเสียก่อน ไม่ควรพูดคุยเสียงดังจนเกินงาม หากต้องการทักทายหรือพูดคุยกับบุคคลอื่นที่อยู่ไกลจากที่นั่งของตน ต้องรอให้ทานอาหารเสร็จเสียก่อน แล้วค่อยพูดคุยกัน ไม่ควรพูดคุยข้ามศีรษะบุคคลอื่นโดยเฉพาะผู้ใหญ่ที่นั่งอยู่เป็นอันขาด ไม่เดินไปมาเพื่อทำการทักทายหรือพูดคุยกัน จะต้องนั่งประจำที่ของตนเท่านั้น เมื่อทานอาหารเสร็จแล้วควรกล่าวขอบคุณเจ้าภาพที่จ่ายค่าอาหาร

ซึ่งโดยปกติผู้ที่อายุโสที่สุดหรือผู้ชายมักเป็นผู้จ่ายค่าอาหารเสมอ แต่หากไปทานอาหารร่วมกันกับกลุ่มเพื่อนคนไทยจะนิยมจ่ายค่าอาหารร่วมกัน

หากไปทานอาหารที่ร้านข้าวแกง สามารถตักกับข้าวหลายอย่างราดไว้บนข้าวได้ ยกเว้นแกงบางอย่างที่แม่ค้าจะตักใส่ถ้วยเล็ก ๆ ให้ โดยปกติแล้วร้านข้าวราดแกง ร้านอาหารตามสั่ง หรือร้านก๋วยเตี๋ยวมักมีเครื่องปรุงและน้ำปลาพริกไว้คอยบริการลูกค้า ซึ่งคนไทยบางคนก็มักจะเติมก่อนชิมเสมอ ส่วนน้ำดื่มและผักสดก็มีให้บริการตนเองเช่นกัน หลังจากทานอาหารเสร็จแล้วก็ต้องรวบช้อนส้อมเข้าไว้ในจานของตน เมื่อใช้กระดาษเช็ดปากเสร็จไม่ควรทิ้งไว้ในภาชนะหรือบนโต๊ะอาหาร ให้ทิ้งลงในถังขยะซึ่งโดยปกติทางร้านมักจัดเตรียมไว้ให้

วัฒนธรรมการทานอาหารของคนไทยอีกประการ คือ คนไทยไม่นิยมดื่มกาแฟหลังอาหารอย่างเช่นคนตะวันตก แต่จะนิยมทานผลไม้หรือของหวาน เพื่อล้างปากแทน หากทานอาหารรสเผ็ดคนไทยจะดื่มน้ำเย็น หรือทานของหวาน เพื่อลดความเผ็ดด้วยเช่นกัน ซึ่งเครื่องดื่มในประเทศไทยมักจะมีรสหวานเสมอ หากไม่ชอบทานรสหวานต้องแจ้งผู้ขายก่อนเสมอ เช่น ไม่หวานหรือหวานน้อย

ไม่ว่าวัฒนธรรมการบริโภคอาหารของคนไทยจะเปลี่ยนแปลงไปอย่างไร แต่คนไทยยังรักษามารยาทและวัฒนธรรมในการทานอาหารร่วมกันไว้อยู่เสมอ

๓. ขนมไทย

เมื่อกล่าวถึงวัฒนธรรมด้านอาหารการกินของไทยแล้ว ไม่เพียงแต่อาหารคาวเท่านั้น ยังมีอาหารหวาน หรือที่เรียกกันว่า "ขนมไทย" ซึ่งต้องใช้ความพิถีพิถันตั้งแต่การคัดเลือกวัตถุดิบปรุงด้วยความประณีต แต่งเติมสีสันและรสชาติ ตลอดจนรังสรรค์รูปลักษณ์ออกมาได้อย่างน่ารับประทาน

ในสมัยโบราณคนไทยจะทำขนมเฉพาะโอกาสสำคัญ ๆ เท่านั้น เช่น เทศกาลงานบุญ งานแต่งหรือเทศกาลที่สำคัญ เนื่องจากขนมบางอย่างต้องใช้เวลาทำค่อนข้างนาน หรือจะต้องใช้แรงงานคนมาก และในสมัยก่อนวัตถุดิบต่าง ๆ ก็มิได้หาได้ง่ายเช่นปัจจุบันนี้ ซึ่งขนมไทยมีทั้งขนมไทยพื้นบ้าน รวมถึงขนมไทยในรั้วในวัง

ขนมไทยดั้งเดิมมีส่วนผสมเพียงข้าวหรือแป้ง น้ำตาล และกะทิหรือมะพร้าวเท่านั้น เช่น

ข้าวต้มมัด ข้าวเหนียวแดง ขนมตาล ขนมครก ขนมหม้อแกง แต่ขนมบางชนิดอาจจะใช้วัตถุดิบ หลักอื่น ๆ เช่น กล้วย มักแทนการใช้ข้าวหรือแป้ง เช่น กล้วยบวชชี มันแกงบวดหรือบวดมัน เป็นต้น ส่วนขนมที่ใช้ไข่เป็นส่วนประกอบนั้นได้รับอิทธิพลมาจากโปรตุเกส เช่น ทองหยิบ ทองหยอด เม็ดขนุน

ข้าวเป็นวัตถุดิบหลักในการทำขนมไทย หากยังเป็นข้าวอ่อนที่เป็นน้ำนมจะนำมาทำเป็นข้าว ยาคู เมื่อข้าวเริ่มแก่ขึ้นอีกหน่อยแต่เปลือกยังเป็นสีเขียวสามารถนำมาทำข้าวเม่า ข้าวเม่าที่ได้ยัง นำไปทำขนมได้หลายชนิด เช่น ข้าวเม่าคลุกและกระยาสารท หากเป็นข้าวเจ้าที่เหลือจากการทาน สามารถนำไปทำเป็นแป้งข้าวเจ้าหรือแป้งข้าวเหนียวได้ แล้วนำมาทำขนม เช่น ขนมใส่ไส้หรือขนม สอดไส้และขนมเทียน เป็นต้น

ขนมไทยเมื่อแบ่งตามกรรมวิธีการทำให้สุกนั้นมีหลายประเภท ทั้งการต้ม เช่น ขนมต้มและ ขนมปลากริมไข่เต่า การนึ่ง เช่น ขนมน้ำดอกไม้และขนมชั้น การกวน เช่น ขนมเปียกปูนและลูกชุบ การทอด เช่น กล้วยทอดและขนมฝักบัว การเชื่อม เช่น กล้วยเชื่อมและฝอยทอง การปิ้ง เช่น ข้าว เหนียวปิ้งและขนมจาก การอบ เช่น ขนมกลีบลำดวนและขนมหน้านวล ซึ่งขนมไทยส่วนใหญ่จะมี รสชาติหวานมันและกลมกล่อม

ในแต่ละภาคของประเทศไทยมีขนมที่แตกต่างกันออกไป ขนมไทยภาคเหนือ มักทำมาจาก ข้าวเหนียวและใช้วิธีการต้ม เช่น "ขนมเทียนหรือขนมจ๊อก" ที่นิยมทำกันในทุกเทศกาล "ขนม เกลือ" เป็นขนมพิเศษที่นิยมรับประทานในฤดูหนาว ขนมไทยภาคอีสานมีกรรมวิธีที่ไม่ยุ่งยาก ไม่ พิถีพิถันมากนัก เช่น "ข้าวจี่" ทำจากข้าวเหนียวนึ่ง นำไปปั้น ทาเกลือ ชุบไข่ แล้วนำไปปิ้ง "ขนม ปาด" มีลักษณะคล้ายกับขนมเปียกปูนของภาคกลาง ซึ่งนิยมทำกันในเทศกาลงานบุญต่าง ๆ ขนม ไทยภาคกลางส่วนใหญ่ทำมาจากแป้งข้าวเจ้า เช่น "ขนมกล้วย" ทำมาจากแป้งข้าวเจ้า กล้วยน้ำหว้า สุกงอมและน้ำตาลทราย นวดคลุกเคล้าให้เข้ากันแล้วใส่ใบตอง นำไปนึ่ง "ขนมตาล" มีวิธีการทำ คล้ายขนมกล้วย เพียงเปลี่ยนจากกล้วยมาเป็นน้ำคั้นจากผลลูกตาลสุกผสมกับแป้ง น้ำตาลและกะทิ นวดให้เข้ากัน หมักทิ้งไว้ให้ขึ้นฟูแล้วนำไปนึ่ง ส่วนขนมไทยภาคใต้ เช่น "ขนมลา" และ "ขนม พอง" ขนมสำคัญในงานประเพณีบุญสารทเดือนสิบของภาคใต้

ขนมไทยมีความเกี่ยวข้องกับวิถีชีวิตของคนไทยมาตั้งแต่สมัยโบราณ ใช้เป็นขนมในงาน

เทศกาลงานบุญต่าง ๆ เช่น งานแต่งงานที่ต้องใช้ขนมมงคล ๙ อย่าง คือ "ทองหยิบ" หมายถึง การ
หยิบทอง แสดงถึงความมั่งคั่งร่ำรวย "ทองหยอด" หมายถึง ใช้แทนการให้ทองแก่กัน แสดงถึง
ความร่ำรวย "ฝอยทอง" หมายถึง การอวยพรให้คู่บ่าวสาวครองรักครองเรือนกันยาวนานหรือมี
ชีวิตที่ยืนยาว "เม็ดขนุน" หมายถึง การมีผู้คอยหนุนนำสนับสนุนในทุกด้าน "ทองเอก" หมายถึง
การอวยพรให้เป็นที่หนึ่งสมดังชื่อทองเอก แสดงถึงความก้าวหน้าที่การงาน "จ่ามงกุฎ" หมายถึง
การมีเกียรติยศที่สูงสุด แสดงถึงการอวยพรให้ได้เลื่อนขั้นเลื่อนตำแหน่ง "ถ้วยฟู" หมายถึง ความ
เจริญรุ่งเรืองเฟื่องฟู "ขนมชั้น" หมายถึง ความเจริญ ก้าวหน้าในหน้าที่การงาน และ "เสน่ห์จันทน์"
หมายถึง ความมีเสน่ห์ เป็นที่รักใคร่

ขนมไทยเป็นเอกลักษณ์ด้านวัฒนธรรมประจำชาติไทยอย่างหนึ่ง สามารถสะท้อนให้เห็นถึง
วิถีชีวิตและความเป็นอยู่ของผู้คนในชาติ ผู้ศึกษาภาษาไทยจึงควรศึกษาและเรียนรู้ "ขนมไทย" ด้วย
เช่นกัน

❖ คำศัพท์และวลี

จิ๊นส้ม	米粉拌猪肉	แนม	插；挤；依偎；紧挨
ผักแค	卷心菜	บอน	（植物）芋类植物
หยวก	（芭蕉树干的）心轴	ผักกาดดอง	腌菜
หอมแดง	洋葱	จัดจ้าน	味道浓烈
เขียด	浮蛙	แย้	鬣蜥
เกลือสินเธาว์	岩盐	น้ำย่อย	消化液（唾液、胃酸）
ประดิษฐ์ประดอย	精心制作	วิจิตรบรรจง	美丽；精美
กลมกล่อม	香醇；甘美	ขนาบ	夹紧；紧挨
กฎกติกา	规矩；规定	พึง	应该
ช้อนกลาง	公用勺子	มูมมาน	（吃得）满脸都是
ซด	喝；啜	เขี่ย	拨；扒
รวบ	收拢；收集	พิถีพิถัน	精致；讲究

แต่งเติม	装饰；点缀	รังสรรค์	创造；创立
น้ำนม	（黄豆等的）液汁	กล้วยน้ำหว้า	芭蕉
สุกงอม	熟透	คลุกเคล้า	混合；揉合
ฟู	膨胀；膨大	เลื่อนขั้นเลื่อนตำแหน่ง	加官进爵

📔 ความรู้ที่เกี่ยวข้อง

泰国饮食

泰国人以米饭作为主食，佐以菜肴。菜是用来下饭的，多指荤菜。至于米饭，各个地区有所不同，北部和东北部民众喜欢食用糯米饭，中部和南部的民众则喜欢食用大米饭。

泰国人常常把荤菜称为"荤腥"，因为这些菜是用肉类制作成的。原来，泰餐里的荤菜多为鱼类，蔬菜仅为辅料或蘸料。泰餐早期的烹饪方式主要是煎、煮、烧和烤，后来受到外国饮食文化影响，烹饪方式有所改变，例如，接受了中国烹饪方式的炸和炒，学习阿拉伯、印度饮食文化中用香料作为调料，学习西方用蛋、奶、奶油烹制食物。

泰国人通常把甜食称为"甜点"或"甜品"，多以椰浆、糖、淀粉作为主要原料制作甜食，例如蜜汁香蕉、椰浆甜蕉、椰浆南瓜、椰浆糯米饭等。

此外，泰国人还用鸡蛋来制作一些小点心，据说这种做法是阿瑜陀耶王朝时期从葡萄牙人那里学来的，例如椰浆蛋黄花、椰浆蛋黄球、椰浆蛋黄丝等。

泰国各地的饮食风味各异。例如，中部的泰餐，咸甜酸辣俱全，做菜时喜欢添加椰浆和糖；北部的泰餐味道不太浓烈，稍咸，不喜欢添加糖和椰浆，但比其他地区更喜欢使用猪肉做菜；东北部的菜肴大多都又咸又辣又酸，不喜欢添加椰浆，东北部民众还非常喜欢用腌腐鱼作为调料来烹制菜肴，几乎每种菜里都会添加腌腐鱼；南部菜肴非常辛辣，而且调料较多。

编者译自 กระทรวงวัฒนธรรม, ศิลปวัฒนธรรม (บริษัทอมรินทร์พริ้นติ้ง แอนด์ พับลิชชิ่ง จำกัด, 2014), p.164.